தமிழக திருநங்கைகள் ஒரு சமூகப்பார்வை

முனைவர் ச. இராஜலதா

பொருளடக்கம்

முன்னுரை

பெண்ணும் ஆணும் இயற்கையின் படைப்பு என்பதில் எந்த அளவு உண்மை இருக்கின்றதோ அதைப்போலவே அலிகள் அரவாணிகள் என்றழைக்கப்படும் திருநங்கைகளும் இயற்கைதான் படைத்திருக்கி‌றது. ஆனால் ஆண் பெண் என்பதை ஏற்கும் சமுதாயம் திருநங்‌கைகளை ஒரு அருவருப்பான விலங்குகளை விட கீழான நோக்கில் பார்க்கின்றன. சமுதாயத்தில் திருநங்கைகளுக்கு ஏற்படும் சிக்கல்கள், குடும்ப உறவுகள், சடங்குகள், பொருளாதார நிலை, மருத்துவம், அவர்களின் உரிமைகள் ஆகியவற்றைப் பெற அவர்கள் அக்காலம் முதல் இக்காலம் வரை போராடிக் கொண்டு இருக்கின்றனர்.

தமிழ்நாட்டுத் திருநங்கைகள் தங்கள் வாழ்வியலுக்காக தினமும் இந்த சமுதாயத்துடன் எவ்வாறு போராடுகின்றனh;. இந்த சமுதாயம் அவர்களுக்கு எந்த விதங்களில் உதவி செய்கின்றது என்பதை விரி‌வாக எடுத்துக்காட்டுவதாக அமைகின்றது. தமிழ்நாட்டுத் திருநங்கை‌கள் ஒரு சமூகப் பார்வை என்றத் தலைப்பின் வாயிலாக வரலாற்றுக் கூறுகள், சமூக உறவுகள், சடங்குகள், அவர்களின் அடிப்படைத் தேவைகள், சமூகம் அவர்களுக்கு அளிக்கும் ஆதரவு அவர்கள் சமுதாயத்தில் எதிர்கொள்ளும் பிரச்சனைகள் ஆகியவற்றை எடுத்‌துக்காட்டுகிறது.

"இலக்கியங்களில் திருநங்கைகளின் சமூகப்பதிவுகள்"என்னும் இயலில் இலக்கண நூல்கள், தொல்காப்பியம், நன்னூல், அறுவகை இலக்கணம், நிகண்டு, அபிதான சிந்தாமணி, அகநானூறு, புறநா‌னூறு, திருக்குறள், நாலடியார், திருவாசகம், திருமந்திரம், திருவாய்‌மொழி, பட்டினத்தார் பாடல்கள், தாயுமானவர் பாடல்கள், சிலப்‌திகாரம், மணிமேகலை, சீவகசிந்தாமணி, நீலகேசி, கம்பராமாயணம், மகாபாரதம், நவீன இலக்கியங்கள், சிறுகதைகளில் திருநங்கைகள், அந்தப்புரங்கள், மோகினி, நாவலில் திருநங்கைகள், கவிதையில் திருநங்கைகள் ஆகிய உட்தலைப்புகளில் ஆராயப்பட்டுள்ளன.

"திருநங்கைகளின் சமதாய உறவுகள் சடங்குகள்" என்னும் இயலில் குடும்ப உறவுகள், உறவு முறை, தாய் தந்தை உறவுகள், சடங்குகள், தத்துச் சடங்கு, நிர்வாணம் செய்தல், பால் ஊற்று சடங்கு, திருமணச்சடங்கு, தாலிகட்டும் சடங்கு, இறப்புச்சடங்கு, அரவாண் இறப்புச்சடங்கு, நம்பிக்கைகள், கூத்தாண்டவர் கோயில்

இறை நம்பிக்கை, பழக்க வழக்கம் ஆகிய உட்தலைப்புகளில் ஆராயப்பட்டுள்ளன.

"சமூக அரவணைப்பும் பொருளாதார விழிப்புணர்வும்" என்ற இயலில் கடைவ#ல், பாலியல் தொழில், சமையல் தொழில், நடனம், பாடல்கள், பிறத்தொழில், திருநங்கைகளின் பொருளாதார நிலைகள், கல்வி, வேலைவாய்ப்பு, அரசியல், இணையதளம், மருத்துவம், வீடுகள், வாக்காளர் உரிமை அட்டை, சட்டவிழிப்புணர்வு, சுயத்தொழில், நாட்டுப்புறக்கலைகள், சமூகஅமைப்புகள், காப்பீட்டுத்திட்டம், அரசியல் ஆகியவை குறித்து ஆராயப்பட்டுள்ளன.

இவ்வாய்வுக்கு உதவிய திருநங்கைகளுக்கு என் மனப்பூர்வமான நன்றிகளைத் தெரிவித்துக்கொள்கிறேன்.

இவ்வாய்வினை நூலாக வெளியிட மிகவும் உறுதுணையாக இருந்த எம் தோழர் தமிழ் இணைப்பேராசியரிர் முனைவர் க. இராஜா அவர்களுக்கும், இந்நூல் வெளிவர உதவியாக இருந்த எம் துறைப் பேராசிரியர்களுக்கும் தமிழ் ஆர்வலர்களுக்கும் இந்நேரத்தில் நன்றிகளைச் சொல்லிக்கொள்வதில் மகிழ்ச்சியடைகிறேன்.

1

இலக்கியங்களில் திருநங்கைகளின் சமூகப் பதிவுகள்

மனித இனம் தோன்றி பல நூற்றாண்டுகள் கடந்து விட்டன. விலங்கு நிலையி-லிருந்து மனிதன் தனது சிந்திக்கும் திறனால் நாகரிக வளர்ச்சி பெற்று பண்பட்ட மனிதனாக மாறினான். அத்தகைய மனித உயிர் விலை மதிப்பற்றது.

உயர்ந்த மனிதனில் குரோமசோம்களில் குறைபாட்டால் உருவாகுபவர்கள் தான் திருநங்கைகள். இவர்கள் பிறக்கும் போது தெரிவதில்லை. குழந்தைப்பருவம் முடிந்து விடலைப்பருவம் தொடங்கும்போது தான் பால் மாறுபாடு தெரியவருகிறது. அப்போது குடும்பத்தினரால் ஒதுக்கப்பட்டு சமூகத்தில் ஆதரவு இல்லாமல் நிற்கும் திருநங்கைகளின் சமூகப்பதிவுகள் இலக்கியங்களில் எவ்வாறு காணப்படுகிறது என்பதை இங்கு பதிவு செய்யப்படுகிறது. ஏனெனில் இலக்கியங்கள் தான் ஒவ்-வொரு காலகட்டத்திலும் அச்சமூகத்தை எடுத்துக்காட்டும் காலக்கண்ணாடி. அத்-தகைய நோக்கில் இலக்கியங்களில் திருநங்கைகள் பற்றிய பதிவுகள் இங்கு ஆரா-யப்படுகிறது.

இலக்கணநூல்கள்

திருநங்கைகள் யார்? இவர்களின் வரலாறு, வாழ்வியல் அடையாளம் ஆகி-யவற்றைக் காண தொல்காப்பியம், நன்னூல், அறுவகை இலக்கணம், நிகண்டு முதலான இலக்கண நூல்களில் இவர்களைப்பற்றியச் செய்திகளைக் காணலாம்.

தொல்காப்பியம்

"

தொல்காப்பியத்தில் எழுத்து, சொல், பொருள் என மூன்று அதிகாரங்கள் உள்ளன. எழுத்துக்களையும், எழுத்துக்களால் பிறக்கும் சொற்களையும் சொற்களால் வாழ்வியல் கருத்துக்களையும் தொல்காப்பியர் எடுத்துரைக்கிறார். சொல்லதிகாரத்தில் ஆண்பால், பெண்பால், பலர்பால், ஒன்றன்பால், பலவின்பால் எனப் பால் பகுப்பின் பொழுதும் உயர்திணை, அஃறிணை எனத் திணைப்பகுப்பின் பொழுதும் திருநங்கைகளைப் பற்றி கூறியுள்ளார்.

"பெண்மை கட்டிய உயர்திணை மருப்பின்

ஆண்மை திரிந்த பெயர்நிலைக் கிளவியும்

தெய்வம் சுட்டிய பெயர்நிலைக் கிளவியும்

இவ்வென அறியும் தத்தமக்கிலவே

உயர்திணை மருப்பில் பால்பிரிந்திசைக்கும்"

(தொல்காப்பியம். தொல்காப்பியர் சொல்லதிகாரம் நூல் - 02) எனத் தொல்காப்பியம் குறிப்பிடுகிறது.

திருநங்கைகள் எப்பாலினுள் எத்திணையினுள் கூறவேண்டுமென்பதை இவ்விடத்தில் கூறியுள்ளார். தமிழ் இலக்கண வரலாற்றில் முழுமையாகக் கிடைக்கின்ற நூல் தொல்காப்பியமாகும். திருநங்கைகளுக்கு இலக்கணப்பதிவுகளில் இடம் அளித்திருப்பது மட்டுமல்லாமல் அவர்களுடைய வரலாற்றை அறியும் சான்றாதாரமாகவும் தொல்காப்பியம் திகழ்கின்றது. தொல்காப்பியர் காலத்தில் திருநங்கைகள் மீது இழிவான பார்வை குறைவு என்பதையே உணர முடிகின்றது.

நன்னூல்

தமிழ் இலக்கண நூல்களில் தொல்காப்பியத்திற்குப்பின் குறிப்பிடத்தகுந்த இலக்கண நூல் நன்னூலாகும். நன்னூலார் எழுத்து, சொல் என்ற இரண்டு அதிகாரங்களை மட்டுமே பேசுகிறார். சொல்லதிகாரத்தில் பால் மற்றும் திணை பற்றி பேசும் பொழுது திருநங்கைகளும் பேசப்படுகின்றனர். ஆண்தன்மையும், பெண்தன்மையும் கலந்தவர்களை எத்திணையில் எப்பாலில் அடக்கலாம் என்பதை,

"பெண்மைவிட்டு ஆண் அவாவுவ பேடு ஆண்பால்

ஆண்மைவிட்டு அல்லாது அவாவுவ பெண்பால்

இருமையும் அஃறிணை அன்னவும் ஆகும்" (நன்னூல் - சொல்லதிகாரம் நூ — 7)

என்று கூறுகின்றார். நன்னூலார் கருத்துப்படி திருநங்கைகளை ஆண்பால், பெண்பால் , பலர்பால், ஒன்றன்பால், பலவின்பால் என ஐந்திலும் கூறலாம். திணையைப் பொறுத்தவரை இரண்டிலும் கூறலாம். இவ்வாறு ஐந்து பால்களுக்கும், இரண்டு திணைகளுக்கும் பொதுவானவர்கள் திருநங்கைகள் என காட்டப்பட்டுள்ளனர். இதன் மூலம் திருநங்கைகள் சமூக மதிப்போடு கூடிய ஒரு வாழ்வியல் தன்மை இல்லை என்பதை அறியலாம்.

அறுவகைஇலக்கணம்

அறுவகை இலக்கணம், வண்ணச் சபழம் தவத்திரு தண்டபாணி சுவாமிகள் எழுதியதாகும். இவ்விலக்கண நூலிலும் திருநங்கைகள் பற்றிய செய்திகள் பதிவு செய்யப்பட்டுள்ளது. அஃது, இஃது, எஃது என்ற சுட்டுப்பெயர்கள் அலிப்பால் சுட்டுகள் என அறுவகை இலக்கணம் கூறுகின்றது.

"அவன் இவன் எவன் எனும் ஆண்பாற் சுட்டும்
அவள் இவள் எவள் எனும் பெண்பாற் சுட்டும்
அஃது, இஃது, எஃது எனும் அலிபாற் சுட்டும்
உலகம் முழுதும் ஓத ஒளிர்வன அவற்றுள்
ஆய்தம் நடுவிலா அலிசுட்டு மிகுமே". (அறுவகை இலக்கணம் - தவத்திரு தண்டபாணி சுவாமிகள் சொல்லிலக்கணம் நூ — 17)

எனச் சுட்டுச் சொற்களைப் பற்றி கூறுகின்ற போது ஆண்பாலுக்குரிய சுட்டுக்கள், பெண்பாலுக்குரிய சுட்டுக்கள், அலிப்பாலுக்குரிய சுட்டுக்கள் என மூன்று வகையான சுட்டுச் சொற்களையும் கூறுகின்றது.

"ஆண்பால் பெண்பால் உயர்திணை என்பதும்
அலிப்பால் அஃறிணை என்பதும் அழகே" (அறுவகை இலக்கணம் - தவத்-திரு தண்டபாணி சுவாமிகள் சொல்லிலக்கணம் நூ — 20)

அலிப்பாலை, உணர்திணையில் கூறக்கூடாது. அஃ;றிணையில் கூறுவதே சிறப்பு என எடுத்துக்காட்டப்பட்டுள்ளது.

திருநங்கைகள் பற்றிய தண்டபாணி சுவாமிகளின் கருத்து தொல்காப்பியம், நன்னூல் கருத்துக்களில் முற்றிலுமாக வேறுபடுகிறது. தொல்காப்பியர் திருநங்கை-களை உயர்திணையில் கூற வேண்டுமென்கிறார். நன்னூலார் உயர்திணையிலும், அஃறிணையிலும் கூறலாமென்கின்றார். ஆனால் தண்டபாணி சுவாமிகள் திருநங்-கைகளை அஃறிணையில் கூறுவதே அழகு என்கிறார்.

அறுவகை இலக்கணம் தோன்றிய காலகட்டத்தில் திருநங்கைகள் மிகவும் இழிவானவர்களாக இருந்திருக்கின்றனர் எனக் கருதலாம் என தொல்காப்பியருக்கு பின்வரும் இலக்கணப் பதிவுகள் திருநங்கைகளை இழிவானவர்களாகவே பதிவு செய்துள்ளனர்.

நிகண்டு

திருநங்கைகளுக்கான வரையறைகளை நிகண்டுகளிலிருந்து பெறமுடியும்.

"பேடி இலக்கணம் பேசுங்காலை
நச்சுப்பேச்சும், நல்லுரை ஓர்தலும்
அச்சுமாறியும், ஆண் பெண் ஆசியும்
கைத்தலம் ஒன்றை கடுக வீசியும்
மத்தகத்து ஒரு கை மாண்புற வைத்தலும்

விலங்கி மதித்தும் விழிவேறு ஆசியும்

துளங்கித் தூங்கிச் சுழன்று துணிந்தும்

நாக்கு நாணியும், நடம்பல பயின்றும்

பக்கம் பார்த்தும், பங்கி திருத்தியும்

காரணம் இன்றி கதம்பல கொண்டும்

வார் அணி கொங்கையை வலிய நலிந்தும்

இரங்கியும், அழுதும், அயர்ந்தும், அருவருத்தும்

குரங்கியும், கோபியும் கோதுகள செய்தும்

மருங்கில் பாணியை வைத்தும் வாங்கியும்

இரங்கிப் பேசியும், எல்லேல் என்றும்

இன்னவை பிறவும் இயற்றுதல் இயல்பே" (மு.சண்முகம் பிள்ளை, இ. சுந்தர-
மூர்த்தி (பதி) திவாகரம். ப.930)

என்று திவாகர நிகண்டு திருநங்கைகளுக்கான வரையறைகளை எடுத்துக்காட்-
டுகிறது.

திருநங்கைகள் என்பவர் யார்? அவர்கள் எப்படி இருப்பார்கள் என்பதற்கு சரி-
யானதொரு விளக்கத்தை திவாகரநிகண்டு தான் கூறுகின்றது. இந்நூல் திருநங்-
கைகளை ஊனமுற்றோர்களில் ஒருவராகவே கூறுகின்றது.

அபிதானசிந்தாமணி

திருநங்கைகளின் பருவ உணர்வு தலை தூக்கும் பொழுது அவர்களின் செயல்-
பாடுகளில் மாற்றம் ஏற்படும். அம்மாற்றத்தினை வைத்துத்தான் இவர்கள் ஆணு-
மல்ல, பெண்ணுமல்ல திருநங்கையர் என்ற முடிவுக்கு சமூகம் வருகிறது. அத்த-
கைய மாற்றங்களை "நச்சுப்போதல், நல்லிசையோர்தல், முழுமையான பெண்ணாக
மாறுதல், ஒரு கையை வீசி நடத்தல், தலையில் ஒரு கை வைத்தல், எதிர்த்தோ-
ரைக்கண்டு விலகுதல், எதிர்த்தோர் மேற்செல்லுதல், பார்வை வேறுபடுதல், பிற-
ருக்கு நடுங்கிச் சுழன்று திரிதல், பல நாடகஞ் செய்தல், பக்கம் பார்த்தல், பதுங்கித்
திரிதல், சேர்ந்தகு வருத்தல், இடையில் ஒரு கை வைத்தல், அதனை வாங்-
கல், இரங்கிப்பேசுதல், எல்லென்று பாடுதல்" (அபிதான சிந்தாமணி பக் - 146)
போன்ற பாலியல் மாற்றங்கள் திருநங்கைகளின் செயல்பாடுகளில் தோன்றுவதைக்
குறிப்பிடப்படுகின்றது.

இலக்கியங்களில்திருநங்கையர்

தமிழ் இலக்கியத்தை மரபு வகை இலக்கியங்கள், காப்பியங்கள், நாட்டுப்புற
இலக்கியங்கள் எனப் பகுக்கலாம். அவற்றுள் சங்க இலக்கியங்கள், அற இலக்கி-
யங்கள், பக்தி இலக்கியங்கள், சிற்றிலக்கியங்கள் முதலானவை மரபு வகை இலக்-
கியங்களான ஐம்பெரும் காப்பியங்கள், இராமாயணம், மகாபாரதம் முதலானவை
காப்பியங்கள். நாட்டுப்புற இலக்கியங்கள் என்னும் வாய்மொழி இலக்கியங்களா-

கும். நாவல். சிறுகதை, கவிதை முதலானவை நவீன இலக்கியங்களாகும்.

அகநானூற்றில்திருநங்கைகள்

அகநானூற்றில் திருநங்கைகள் பற்றி ஒரே ஒரு பாடல் வரி மட்டுமே கிடைக்கின்றது.

தலைவன் பரத்தையிற் பிரிந்திருப்பான். அப்பொழுது தலைவி அவனுடன் ஊடல் கொள்கிறாள். தலைவியின் ஊடலைத் தீர்க்கும் பொருட்டு தலைவன் விறலியை அனுப்புகிறான். வாயில் வேண்டிய விறலிக்கு கேட்குமாறு தலைவி தோழியிடம் சொல்லுவது போன்று வாயில் மறுப்பாள். அவ்வாறு மறுத்துக்கூறுகின்ற போது திருநங்கைகள் பற்றிய செய்தி வெளிப்படுகிறது.

"என்னைப் படும்கொல் தோழி நல்மகிழ்

பேடிப்பெண் கொண்டு ஆடுகைள கடுப்ப

நகுவரப் பணைத்த திரிமருப்பு எருமை

மயிர்கவின் கொண்ட மாத்தோல் இரும்புறம்" (அகநானூறு — பா.206)

என்ற பாடலில் "கள்ளுண்ட களிப்புடன் பேடிப் பெண்ணின் உருவம் பூண்டு கூத்தாடுவானது பின் சென்று மேல் வளைந்த கையைப் போன்று விளக்கமுற அமைந்த பெருத்த முறுக்குண்ட செம்புகளையுடைய எருமையின் பெரிய முதுகில் சிறிய செயல்களைச் செய்யும் சிறுவர்கள்ள ஏறி அமர்ந்திருப்பர். அக்காட்சி தொலைவிலிருந்து காண்போர்க்கு உருண்டைக்கல்லின் மீது மந்தி அமர்ந்திருப்பது போலக் காணப்படும்" (இரா.ஜெயபால், அகநானூறு மூலமும், உரையும் ப.616) இங்கு திருநங்கையர்களை பரத்தையோடு ஒப்பிட்டுள்ளனர்.

புறநானூறு

புறநானூறில் உடல் உறுப்பு குறைபாடு உடையவராக பதிவு செய்யப்பட்டுள்ளது.

சோழன் நலங்கிள்ளியைப் புலவர் உறையூர் முதுகண்ணன் சாத்தனார் பாடும்பொழுது திருநங்கைகளை ஊனமுற்றோராக காட்டியுள்ளார்.

"சிறப்புஇல் சிதடும், உறுப்புஇல் பிண்டமும்

கூD ம் குறளும் ஊமும் செவிடும்

மாவும் மருளும் உளப்பட வாழ்நர்க்கு

என்பேர் எச்சம் என்று இவை எல்லாம்

பேதைம அல்லது ஊதியம் இல்என்" (புறநானூறு — பா.28)

எனப்பாடுகின்றார். இப்பாடலில் வரும் 'உறுப்பு இல்பிண்டம்' பேதைம' முதலான சொற்கள் திருநங்கைகளை குறிப்பதாக அமைந்துள்ளது.

திருக்குறள் அறம், பொருள். இன்பம் என்ற மூன்றினையும் பற்றித் தெளிவாகக் குறிப்பிடுகின்றது. நூற்றி முப்பத்தி மூன்று அதிகாரங்களில் அறுபத்திரண்டாவது அதிகாரமான ஆள்வினையுடைமையிலும், எழுபத்தி மூன்றாவது அதிகார-

மான அவையஞ்சாமையிலும் திருநங்கையர்கள் பற்றி குறிப்பிடப்பட்டுள்ளது.

"தாளாண்மை யில்லாதன் வேளாண்மை பேடிகை

வாளாண்மை போலக் கெடும் (குறள்.73)

எனத் திருநங்கையர் பற்றி குறிப்பு தருகிறது. விடா முயற்சி இல்லாதவன் காரியத்தைக் கண்டு மலைத்துவிடுவான் பேடியானவன் எதிரியைக் கண்டு நடுங்-கிவிடுவான் ஆகையால் விடாமுயற்சியற்றவன் மேற்கொண்ட பகைவரை வெல்ல முடியும் என்பதைப் போன்று பயனற்றதாகும். எனவே இக்குறள் திருநங்கையரை வீரமில்லாதவர்கள் கோழைகள் எனக் கூறுகின்றது.

மேலும் போர் புரிவதற்குத் தகுதியற்றவர்களாகவும், போர்க்களத்திற்குள் அனு-மதிக்கப்படாதவர்களாகவும் இருந்துள்ளனர். திருநங்கையருடன் போர் செய்வதை இழிவாக நினைத்துள்ளனர். மகாபாரதத்தில் சிகண்டியுடன் போர் செய்வதை இழி-வாக நினைத்து போர் செய்யாமல் நின்றதனால் அர்சுனன் அதனை வாய்ப்பாக பயன்படுத்தி பீஷ்மரை வீழ்த்தினான். இந்நிகழ்வினை சான்றாகக் கொள்ளலாம்.

திருக்குறளில் அவையஞ்சாமை அதிகாரத்தில் ஏழாவது குறள் திருநங்கையரை இழிவாக குறிப்பிடுகிறது.

"பகையத்துப் பேடிகை யொள்வா எவையத்

தஞ்சு மவன்கற்ற நூல்" (குறள் - 7)

"கற்றவர்கள் கூடிய சபையில் எதிர்வாதம் பேச அஞ்சுகிறவனோடு திருநங்-கையோடு ஒப்பிட்டுள்ளனர், திருநங்கையர்கள் கற்றல் மற்றும் பேசுவதில் திறமை-யற்றவர்களாகக் கோழைகளாகக் காட்டப்பட்டுள்ளனர், பேடியின் கையில் எவ்வ-ளவு நல்ல ஆயுதம் இருந்தாலும் அது பிறரைக் காக்கவும் பயன்படாது. தன்னைக் காக்கவும் பயன்படாது. இதே போன்று எதிர்வாதம் செய்பவனோடு பேசுவதற்குப் பயப்படுகிறவன் எவ்வளவு கற்றிருந்தாலும் பிறருக்குப் பயனில்லை". (இராமலிங்-கனார் (உ.ஆ) திருக்குறள் ப.359) என உரை விளக்கம் தருகிறார்.

இதன் மூலம் திருக்குறள் எழுந்த காலகட்டத்தில் திருநங்கைகள் மதிப்பற்றவர்-களாகள இருந்துள்ளனர். சமூகத்தால் வெறுத்து ஒதுக்கக் கூடியவர்களாக இருந்-துள்ளனர் என்பது புலனாகிறது. சங்க மருவிய காலத்தில் சமூகம் சீர்குலைந்து காணப்பட்டது. எனவே சமூகத்தைச் சீர்படுத்தவும் சமூகத்தில் ஒழுக்கத்தை நிலை-நாட்டவும், மனித இனத்துக்கு நன்னெறிகளைப் புகட்டவும் புலவர்கள் முயன்-றுள்ளனர். சமூக அமைப்புக்கு மாறான புதிய மனித இனமாக திருநங்கைகள் இருப்பதால் அவர்கள் அனைத்து நிலைகளிலும் ஒதுக்கப்பட்டுள்ளனர். இதன் பிர-திபலிப்பே திருக்குறளாகும்.

நாலடியாரில்திருநங்கைகள்

திருநங்கைகள் பிறப்பு பற்றியும் அவர்கள் ஆபரணங்கள் அணிந்து கொள்வ-தைப் பற்றியும் நாலடியார் குறிப்பிடுகிறது. மேலும் திருநங்கைகள் பிறப்பு இழிவான

பிறப்பாக குறிப்பிடுகிறது.

"செம்மையொன்றின்றிச் சிறியார் இனத்தாராய்க்
கொம்மை வரிமுலையாள் தோள்மாரிக உம்மை
வலியால் பிறர்மனைமேல் சென்றாரே இம்மை
அலியாகி ஆடியுண்பார்" (நாலடியார், பிறர்மனை, பா-15)

என்கிறது. "சிறிதளவும் நடுநிலைமை இல்லாமல் கீழ்மக்கள் கூட்டத்தோடு கூடியவராய் இளமையான கோலம் வரைந்த மார்பை உடைய பெண்களைச் சேர எண்ணி முற்பிறவியில் தமக்குரிய செல்வம் முதலிய வலிமை காரணமாக மாற்றார் மனைவியிடம் சென்றவர் இப்பிறவியில் அலியாகப் பிறந்து கூத்தாடி வயிறு பிழைப்பர்" (அ.சா.குருசாமி, நாலடியார், ப.148) என்கிறது.

பிறர் மனைவியை நாடியவர் இப்பிறவியில் திருநங்கையராகப் பிறந்து நடனமாடி அதன் மூலம் வரும் பொருளைக் கொண்டு உயிர் வாழ்பவர் என திருநங்கையர்களை சாபத்தின் பிறவிகளாக குறிப்பிட்டுள்ளனர். திருநங்கைகள் சமூகத்திலிருந்து ஒழிக்கப்படவேண்டியவர்கள் என்பது போன்ற தோற்றம் ஏற்படுத்தப்பட்டுள்ளது. நாலடியாரில் திருநங்கைகள் பற்றி மேலும் ஒரு பாடல் உள்ளது. அப்பாடலில் திருநங்கையரை பெண்களைப் போன்று ஆடை ஆபரணங்கள் உடுத்திக் கொள்வதை இழிவாகச் சித்திரிக்கப்பட்டுள்ளது.

"நுண்ணுணர் வின்மை வறுமை அஃதுடைமை
பண்ணப் பணைத்த பெருஞ்செல்வம் எண்ணுங்கால்
பெண்ணவாய் ஆணிழந்த பேடியணிவாளோ
கண்ணவாத் தக்க கலம்" (நாலடியார், பிறர்மனை. பா —— 1)

எனக்குறிப்பிடுகிறது. "ஆராய்ந்து பார்த்தால் ஒருவனுக்கு நுட்பமான அறிவு இல்லாததே வறுமையாகும். நுட்பமான அறிவுடைமையை விரும்பி ஆண் தன்மை குறைந்த பேடியும் கண்கள் விரும்பத்தக்க அழகிய அணிகலன்களைப் பூண்டு கொள்ளுதல் உண்டனளே! அதைப்போன்றே அறிவற்றவர் செல்வம் உடையவராய் இருந்து மகிழ்தல் ஆகும்" (அ.சா.குருசாமி, நாலடியார். ப.148) இவற்றிலிருந்து திருநங்கைகளை செல்வந்தர்களாகவும் தங்களைப் பெண்கள் போன்று அலங்கரித்துக் கொள்பவர்களாகவும் இருந்துள்ளார் என்பதை அறிய முடிகின்றது.

சங்கம் மருவிய காலத்தில் வாழ்ந்த திருநங்கைகள் பெரும் பணக்காரர்களாக இருந்துள்ளனர். விலையுயர்ந்த ஆபரணங்களையும் ஆடைகளையும் அணிந்துள்ளனர் என்பதை 'பேடியணியாளோ' என்ற சொல் உணர்த்துகிறது. திருநங்கைகள் தங்களைப் பெண்கள் போல் அலங்கரித்துக் கொண்டாலும் அதனால் எந்தச்சிறப்பும் கிடையாது என்பதை பாடல் குறிப்பிடுகிறது. சங்கம் மருவிய காலத்தில் திருநங்கைகள் அறிவில்லாத கீழ்மக்களாகவே கருதியிருக்க வேண்டும். இக்காலகட்டத்தில் சமண, பௌத்த மதங்கள் செல்வாக்கு பெற்றிருந்தன. இம்மதங்கள் திரு-

நங்கையரை இழிவாக பார்த்திருக்கிறது என்பதனை பாடல்கள் வாயிலாக அறிய முடிகிறது. மேலும் இவர்கள் சமூகத்தில் அங்கீகரிக்கப்படாத மனிதர்களாக திரு-நங்கைகள் இருந்துள்ளனர் என்பதனை நாலடியார் பாடல்கள் வாயிலாக அறிய முடிகிறது.

திருவாசகத்தில் திருநங்கைகள்

பக்தி நெறியில் உயர்ந்து நிற்கக்கூடியது திருவாசகம். இந்நூலை இயற்றியவர் மாணிக்கவாசகர். தெய்வமணங்கமழும் திருவாசகப்பாடல்களை இராமலிங்க அடி-களார் குறிப்பிடும் பொழுது

"வான்கலந்த மாணிக்கவாசக! நின் வாசகத்தை

நான் கலந்து பாடுங்கால் நற்கருப்பஞ் சாற்றினிலே

தேன் கலந்து பால் கலந்து செழுங்கனித் தீஞ் சுவை கலந்து

ஊன் கலந்து உயிர்கலந்து உவட்டாமல் இனிப்பதுவே" (எம்மார். அடைக்கல-சாமி. மு.நூ.ப.145)

என்கிறார். இதற்கு சிறப்புமிக்க திருவாசகப்பாடல்களில் திருநங்கைர் பற்றிய பதிவுகளை மாணிக்கவாசகர் சிவபெருமானுக்குச் சமமாக திருநங்கையரை குறிப்-பிட்டுள்ளார்.

"பெண் ஆண் அலி எனும் பெற்றியன் காண்க" (திருவாசகம், திருவண்டப்-குதி, பா — 57)

என சிவபெருமான் பெண்ணாகவும் ஆணாகவும் அலியாகவும் தோற்றம் தரு-கிறான் (நிழற்படம் -1) என்று கூறுகின்றார். மேலும்

"ஆண் எனத்தோன்றி அலி எனப்பெயர்ந்தது" (திருவாசகம், திருவண்டப்-குதி, பா-138)

"அச்சன் ஆண் பெண்ணலி ஆகாசமாகி" (திருவாசகம், திருச்சதகம், பா-29)

"பெண்டிர் ஆண் அலி என்றறி ஒண்கலை" (திருவாசகம், திருச்சதகம் பா-42)

"பெண்மையனே தொன்மை ஆண்மையனே அலிப்பெற்றவனே" (திருவாசம், நீத்தல் விண்ணப்பம், பா-22)

"பெண்ணாகி ஆனாய் அலியாய்ப் பிறங்கொளிசேர்" (திருவாசகம், திருவெம்-பாவை, பா-8)

"ஆணோ அலியோ அரிவையோ என்றிருவா" (திருவாசகம், திருபொன்னூரல், பா-5)

"பெண்ணலி ஆணென நாமென வந்த பிணக்கறு மாகாதே" (திருவாசகம், திருப்படையாட்சி, பா-5)

என்றத் திருவாசகப்பாடல் வரிகளினால் அறிய முடிகிறது. இப்பாடல் வரிகள் அனைத்தும் ஒரே பொருளை உணர்த்துகின்றன. இறைவன் இப்புவியில் அனைத்து

பொருள்களிலும் இருக்கக்கூடியவன். அனைத்து வடிவங்களிலும் இருக்கக்கூடிய-வன். ஆகையால் திருநங்கையர் வடிவிலும் இருக்கிறான் என்பதை மக்களுக்கு உணர்த்தவே அர்;த்தநாரீஸ்வரன் உருவில் காட்சி தருகிறான். ஒவ்வொரு மனித-ருக்குள்ளும் ஆண்தன்மை, பெண்தன்மை உண்டு என்பதை விளக்குவது அர்த்-தநாரீஸ்வரர் வழிபாடு. திருவாசகத்தில் மாணிக்கவாசகர் திருநங்கையரை மனித நேயத்துடன் குறிப்பிட்டுள்ளார்.

திருமந்திரத்தில் திருநங்கையர்

திருமந்திரத்தில் மூவாயிரம் பாடல்கள் உள்ளன. அப்பாடல்களில் திருநங்கை-யர் பற்றி சில பதிவுகள் உள்ளன. அவற்றில்; திருநங்கையர் பிறப்பு மற்றும் சிறப்பு ஆகிய இரண்டும் குறிப்பிடப்பட்டுள்ளன. அவை,

"ஆண்மிகில் ஆணாகும் பெண்மிகில் பெண்ணாகும்

பூணிரன் டொத்துப்பொருந்தில் அலியாகும்

தான்மிகு மாகில்தரணி முழுநாளும்

பாவண மிக்கிழல் பாய்ந்ததும் இல்லையே" (திருமந்திரம், கருஉற்பத்தி 26:462)

என ஆண், பெண், அலி பிறப்புகள் எப்படி தோற்றம் பெறுகின்றன என்பதை விளக்குகிறார்.

ஓர் ஆணும், பெண்ணும் இனச்சேர்க்கையில் ஈடுபடும் பொழுது ஆணுக்கு வலது காற்றில் மூச்சுக்காற்று மிகுதியாக சென்றால் ஆண் குழந்தை பிறக்கும். மூச்சுக்காற்று இடது மூக்குத்துளையில் மிகுதியாக சென்றால் பெண் குழந்தை பிறக்கும். இருவாரின் மூக்கிலிருந்தும் ஒரே துளையில் மூச்சுக்காற்று வந்தால் 'திருநங்கையாக' பிறக்கும் என்கிறார் திருமூலர். இவ்வாறு திருநங்கையரின் பிறப்பு இயற்கையானதுதான் என்பதை தெளிவாக குறிப்பிட்டுள்ளார் திருமூலர். இக்கருத்-தினை திருமூலர்

"குழவியும் ஆணாம் வலத்தது வாகில்

குழவியும் பெண்ணாம் இடத்தது வாகில்

குழவியும் இரண்டாம் அபானன் எதிர்க்கில்

குழவி அலியாகுங் கொண்மால் ஓக்கிலே" (திருமந்திரம், கருஉற்பத்தி, 30:466)

என்கிறது. இவ்வாறு பிறக்கும் அலிப்பிறப்பைச் சிவன் ஏற்றுக்கொண்டதாக திருமூலர் கூறுகிறார்.

"காண்கின்ற கண்ணொளி காதல் செய் தீசனை

ஆண்டென் அலியுரு வாய்நின்ற ஆதியை

உண்படு நாவுடை நெஞ்சம் உணர்ந்திட்டுச்

சேண்படு பொய்யை நெஞ்சம் செயலனை யாரே" (திருமந்திரம், மறைப்பு 3:420)

என ஆண் பெண், அலி என்னும் திருவுருவங்களில் அலி என்பது இரண்டு அருவுருவத்திருமேனி என்கிறார். சிவபெருமான் உமையம்மையின் உருவைத் தன் உருவில் பாதிப்பெற்ற அர்த்தநாரீஸ்வரர் உருவத்தை ஆலயங்களில் காணமுடிகி-றது.

பக்தி இலக்கியத்தின் தொடக்க காலம் முதல் திருநங்கையர் பற்றிய பதிவுகள் இடம்பெற்றுள்ளன. சைவ நாயன்மார்கள் தங்கள் பாடல்களில் திருநங்கையரை மனித நேயத்துடன் பதிவு செய்துள்ளனர். இலக்கியத்தில் பதிவு செய்தது போலவே சமூகத்திலும் அவர்களுக்கு முக்கியத்துவம் தந்திருக்க வேண்டும் என கருதலாம்.

திருவாய்மொழியில்திருநங்கையர்

சைவத்திற்கு மாணிக்கவாசகர் போன்று வைணவத்திற்கு நம்மாழ்வார். இவர் தமது திருவாய்மொழியில் திருநங்கையரை இரண்டாம் பத்து, ஐந்தாம் திருவாய் மொழியில் பத்தாவது பாசுரத்தில் குறிப்பிட்டுள்ளார்.

"ஆணல்லன் பெண்ணல்லன் அல்லா அலியுமல்லன்

காணு மாகான் ஊனல்லன் இல்லையல்லன்

பேணுங்கால் பேணும் உருவாகும் அல்லனுமாம்

கோளை பெரிதுடைத்து மெம்பொம்மனைக் கூறுதலே" (ராமானுஜ ராஜன், திருவாய்மொழியின் உரை.ப.209)

எனத் திருமாலைப் பாடியுள்ளார்.

திருமால் மோகினி அவதாரம் எடுத்துத்திருநங்கையாகக் காட்சியளிக்கிறார். சைவம், வைணவம் என இரண்டு இலக்கியங்களிலும் திருநங்கைகள் பற்றி குறிப்-பிடப்பட்டுள்ளது.

பக்தி இலக்கியத்தில் திருநங்கைகள் உயர்வாகப் பதிவு செய்யப்பட்டிருக்கின்-றனர். எவ்விடத்திலும் இழிவாக பதிவு செய்யப்படவில்லை என்பது குறிப்பிடத்தக்-கதாகும்.

பட்டினத்தார் பாடல்களில் திருநங்கையர்

காவிரிப்பூம்பட்டினத்தில் வணிக குலத்தில் தோன்றியவர் பட்டினத்தார். இவா-ரன் இயற்பெயர் 'திருவெண்காடர்'. இவர் பாடிய பாடல்கள் சைவத்திருமுறையில் பதினோராம் திருமுறையில் வைக்கப்பட்டுள்ளது. இவர் தமது பாடல்களில் திரு-நங்கையரை இறைவனுக்குச் சமமானவர்கள் என்ற கருத்தை தமது பாடல்களில் இரண்டு இடங்களில் குறிப்பிட்டுள்ளனர். அவை

"ஆணாகிப் பெண்ணா யலியாகி வேற்றுருவாய்

மாணாகி நின்ற வகையறியேன் புhzேம"

என்கிறார். இப்பாடலுக்கு உரையாசிரியர் உரை விளக்கம் தருகின்ற போது "எங்கும் நிறைந்துள்ள பொருளே! ஆணாகியும், பெண்ணாகியும், அலியாகியும் பல்வேறு வடிவமாகியும் பெருமையோடு நின்ற தன்மையைத் தெரிந்தேனில்லை". (திரு.வி.க (உ.ஆ), பட்டினத்தார் பாடல்கள், ப.249) என்ற கருத்துடை இன்னொரு பாடலையும் பாடியுள்ளார். அவை,

"ஆண் பெண் அலி என்றழைக்க வ ரிதாய் நிறைந்து

காண்பவ ரி தாய்விடங் கண்ணுற்றாய் நெஞ்சமே"

என்கிறார். "மனமே! ஆணென்றும், பெண்ணென்றும் அலியென்றும் பகுத்துக் கூப்பிடமுடியாமல் எங்கணும் ஒரு பெற்றியாய் நின்று பார்த்தற்கரிய ஒரிடத்தைப் பார்த்தாய்" (மேலது.ப.250) என விளக்கம் தருகிறார்.

தாயுமானவர்பாடல்களில்திருநங்கைகள்

திருமறைக்காட்டில் சைவ வேளாளர் குலத்தில் கேடிலியப்ப பிள்ளைக்கும், கசவல்லி அம்மைக்கும் மகனாகப் பிறந்து கல்வி கேள்விகளில் சிறந்து வளர்ந்தவர். திருச்சிராப்பள்ளி விசயரகுநாத சொக்கலிங்க நாயக்கரிடம் அமைச்சராக வேலை-யிலமர்ந்த பிறகு அப்பதவியை விடுவித்து துறவு G+ண்டார். இவர் தமிழ், வடமொழிகளில் புலமை மிக்கவர். ஆகையால் இவரிp ன் பாடல்களில் சித்தாந்த கருத்துக்களை எளிமைபடுத்தி பாடியுள்ளார். அவ்வாறு பாடிய பாடல்களில் திரு-நங்கையர் பற்றி குறிப்பிட்டுள்ளார். அவர் தன் பாடலில்,

"கண்ணின் உண்மணி என்னவே தொழுமா அன்பர் கருத்துள்

நண்ணுகின்ற நின் அருள் எனக்கு எந்தநாள் நணுகும்

மண்ணும், விண்ணும் மற்று உள்ளன பூதமும் மாறாப்

பெண்ணும் ஆணுமாய் அல்லனாய் நிற்கின்ற பெரியோய்". (சு.ந. சொக்கலிங்-கம், தாயுமானவர் பா.தொ.ப.318-319)

என்று குறிப்பிடுகிறார். மண்ணுலகு விண்ணுலகு இவற்றிற்குப் புறம்பாயுள்ளன-வாகிய மண், விண், தீ, புனல், காற்று ஆகிய ஐம்பூதங்களும் நீங்காத பெண்-ணும், ஆணுமாய் அவை அல்லாமல், அலியாய் நிற்கின்ற இறையனே என்று பொருள்பட தாயுமானவ சுவாமிகள் பாடியுள்ளார். ஆக பக்தி இலக்கியங்கள் முழுமையும் திருநங்கையரைக் கடவுளுக்கு நிகராக வைத்து பாடப்பட்டுள்ளன என்பதை அறியமுடிகிறது.

சங்க காலத்தில் திருநங்கைகள் சமூகத்தோடு நெருங்கிய உறவு கொண்டத்-தன்மையும் கலைநிகழ்வுகளோடு தொடர்பு கொண்டத்தன்மையும் சங்க இலக்கிகி-யங்களில் பதிவு செய்யப்பட்டுள்ளன. சங்க மருவிய காலகட்டத்தில் திருநங்கைகள் இழிவானவர்களாக சமூகம் ஒதுக்கியத்தன்மைகளை மிகுதியாக பதிவு செய்யப்பட்-டுள்ளது.

பக்தி இலக்கிய காலகட்டத்தில் திருநங்கைகள் எப்படி வாழ்ந்தார்கள் என்ற குறிப்பு இல்லை எனினும் எப்படி அவர்கள் உயர்வாக பேசப்பட்டார்கள் என்ற குறிப்பு காணப்படுகிறது.

திருநங்கையரைகுறிக்கும்பெயர்கள்

திருநங்கையரை சங்ககாலத்திலிருந்து இன்று வரை பல பெயர்களில் அழைக்-கப்பட்டுள்ளனர். இலக்கியப்பதிவுகளில் அலி, பேடு, பேடி என்ற பெயர்களும், தற்-காலத்தில் அரவாணி, ஒம்பது, பொட்டை, அஜக்கு, பொண்டுகன், பொம்பளசட்டி, மாறிய பாலினர் என்ற பெயர்களால் அழைக்கின்றனர். திருநங்கையரை இழி-வாகப்பார்ப்பதோடு மட்டுமல்லாமல் இப்பெயர்களை சொல்லி கேலியும் கிண்டலும் நையாண்டியும் செய்கின்றனர்.

திருநங்கையரை சங்ககாலத்தில் பேடி, பேடு, அலி என்னும் பெயர்களால் பதிவு செய்துள்ளனர். மேலும் இவர்களைக் குறிக்கும் பெயர்கள் பல உள்ளன அவை,

"அண்ணகன், அண்ணாளன், அல்லி,அலி, அழிதூஉ,

ஆணலி, இடபி, இப்பந்தி, கிலிபம், கிலீபம், கிலீவம்,

கோஷா, சண்டன், துதுபரன், நபும்ஸகம், நாமர்தா,

பண்டகன், பெட்டையன், பெண்டகம், பெண்டகன்,

பெண்ணலி, பெண்ணைவாயன், பேடன், பேடி, பேடு,

பேதை,மகண்மா மருள், வசங்கெட்டவன், வண்டரன்,

வருடவரன், வறடன் என்பன அப்பெயர்களாகும்". (அன்னிதாமசு, தமிழ் இலக்கியத்தில் ஊனமுற்றோர். ப.26.)

மேலும் இலக்கியச் சான்றுகளாக,

"பேடிப்பெண் கொண்டு ஆடுகை கடுப்ப" (அகம், பா.206)

"ஆண் எனத்தோன்றி அலி எனப் பெயர்ந்து" (திருவா பா.138)

"குறள் செவிடு மூங்கை முடங் கூன் குருடி

துறுபிண்டம் பேடுடனே யெச்ச முறுபெட்டாம்" (உரிச்சொல் நிகண்டு) (நூ.27)

"அலியாகி, ஆடியுண்பார்". (நாலடியார், பா.85)

"பகையத்துப் பேடிகை யொள்வா னைவயகத்

தஞ்சு மவன்கற்ற நூல்" (குறள், அவையஞ்சாமை, -4)

"காமன் ஆடியபேடி ஆடலும்" (சிலம்பு, கடலாடுகாதை, பா.56)

என திருநங்கையரை குறிப்பிடும் பல பெயர்கள், இலக்கியங்களிலும், நடை-முறையிலும் இருந்தாலும் அவர்களும் சமூக மக்களும் ஏற்றுக்கொண்ட பெயர் 'அரவாணி' என்ற பெயர்தான். "மகாபாரதத்தில் அர்சுனன் மகன் அரவான். அவன் மனைவி அரவாணி என்ற கதையின் பின்புலமாகத்தான் அரவாணி என்ற பெயரை ஏற்றுக்கொண்டுள்ளனர்" (திருநங்கை அப்சரா, பொள்ளாச்சி) என்று குறிப்பிடுகிறார். திருநங்கையர் ஆணுக்குரிய அந்த உறுப்பை வெட்டி எறியும்

நிலைக்கு ஒன்பது என்கின்றனர் என்று குறிப்பிடுகிறார். (திருநங்கை ரதி, திரு-நெல்வேலி).

சிலப்பதிகாரத்தில் திருநங்கைகள்

சிலப்பதிகாரம் முப்பது காதைகளைக் கொண்டது. இவற்றில் புகார்க்காண்டத்-தில் இந்திரவிழாவூரெடுத்த காதை, கடலாடுகாதை, வஞ்சிக்காண்டத்தில் நீர்ப்-டைக்காதை, நடுகல் காதை ஆகிய நான்கு காதைகளிலும் திருநங்கைகள் பற்றிய குறிப்புகள் உள்ளன.

"ஆண்மையில் திரிந்துதன் அருந்தொழில் திரியாது

நாணுடைக் கோலத்து நகைமுகங் காட்டிப்

பண்மொழி நரம்பின் திவ்வியாழ் மிழற்றிப்

பெண்மையில் திரியும் பெற்றியும் உண்டென

உருவிலாளன் ஒரு பெருஞ் சேனை"

(ஜெ.சந்திரன் (உ.ஆ) சிலப்பதிகாரம் மூலமும் தெளிவுரையும் ப.12)

என்கிறது. இப்பாடல் வரிகள் ஆண்மைத்தன்மை பிறழ்ந்து பெண்மைத்தன்மை அடைந்தவர்கள் இருந்துள்ளனர் என்பதைக் கூறுகின்றது.

"ஆண்மைதிரிந்த பெண்மைக் கோலத்துக்

காமன் ஆடிய பேடி ஆடலும்" (மேலது ப.122)

என "ஆண்மை திரிந்தென்பதால் தாடியும், பெண்மை கோலத்தென்பதால் முலை முதலிய பெண்ணுறுப்பும் பலவுமுடைய ஆண்பேடு (மேலது ப.123) என பதிவு செய்யப்பட்டுள்ளது. மேலும்

மாதவி ஆடிய பதினாறு வகையான ஆடல்களில் பேடி ஆடலும் ஒன்றாகும். மாதவி பலரது மன்னர்கள் மற்றும் மக்கள் மத்தியில் இப்பாடல்களுக்கு ஆடியி-ருக்கிறாள், எனவே அக்கால கட்டத்தில் பேடிக் கூத்து நல்ல செல்வாக்கு பெற்ற கூத்தாக இருந்திருக்கிறது.

மன்னர்களின் அரண்மனைகளிலும் திருநங்கைகள் இருந்துள்ளனர். இவர்கள் அரண்மனைகளில் நடைபெறும் நிகழ்ச்சிகளில் பங்கெடுத்துள்ளனர். இதை

"வண்ணமும் சுண்ணமும் மலர்ப்பும் பிணையலும்

பெண்ணிப்பேடியர் ஏந்தினர் ஒரு சார்

பூவும் புகையும் மேவிய விரையும்

தூவியும் சேக்கை சூழ்ந்தன ஒரு சார்"

என்ற பாடல் வரிகள் பதிவு செய்கின்றன. சிலப்பதிகாரப் பதிவுகளில் திருநங்-கைகளின் வாழ்வியலைத் தெரிந்து கொள்ள வழி அமைகிறது.

மணிமேகலையில் திருநங்கைகள்

மணிமேகலை காப்பியத்தில் மணிமேகலையின் அழகை சுகமதி கூறுகின்ற பொழுது திருநங்கைகள் பற்றிய பதிவுகள் காணப்படுகின்றன.

மணிமேகலை அழகானவள், இவளது அழகைக் காணும் ஆண்கள் மயங்கி விடுவர். அவ்வாறு மயங்காது இருப்பவர்கள் பேடியர் மட்டுமே எனக்கூறுகிறாள்.

"மணிமேகலை தன் மதிமுகம் தன்னுள்
ஆணி திகழ் நீலத்து ஆய்மலர் ஒட்டிய
கடைமணி உரு நீர் கண்டனன் ஆயின்
படை விட்டு நடுங்கும் காமன் பாவையை
ஆடவர் கண்டால் அகறலும் உண்டோ
பேடியர் அன்றோ பெற்றியின் நின்றின்?" (ஜெ. சந்திரன் (உ.ஆ) மணிமே-
கலை மூலமும் உரையும் ப.64)

எனப்பேடியர் ஆண் தன்மை குறைந்து பெண்தன்மை மிகுந்த பெண்களாக மாறிவிடுவதால் பெண்களை அவர்கள் ரசிக்க மாட்டார்கள் என உணர்த்தப்படுகி-றது.

திருநங்கைகளின் உருவம் மற்றும் அவர்களுக்கான கூத்துப்பற்றி
"கரியில் தாடி மருள் படு பூங்குழல்
பவளச் செவ்வாய் தவளவாள் நகை
ஒள் அரி நெடுங் கண் வெள்ளி வெண்தோட்டு
கருங்கொடிப் புருவத்து மருங்கு வளைபிறை நுதல்
காந்தன் அம் செங்கை ஏந்து இன வன முலை
அகன்ற அல்குல் அம்நுண் மருங்குதல்
இகந்த வட்டுடை எழுது வரிக்கோலத்து
வாணன்பேர் ஊர் மறுகிடைத் தோன்றி
நீள் நிலம் அளந்தோன் மகன் முன் ஆடிய
பேடிக் காலத்துப் பேடு காண்கு நரும்" (மேலது ப.72)

என்கிறது. திருநங்கைகள் சுருண்டதாடி. இருண்ட அழகிய கூந்தல், பவளம் போன்ற சிவந்த வாய், வெண்மையான பற்கள். ஒளிமிக்க செவ்வரி பரந்த பெரிய கண்கள், வெண் சங்கால் செய்த காதணி, கரிய புருவத்தின் அருகில் வளைந்-துள்ள பிறையனைய நெற்றி, காந்தள் மலர் போன்ற சிவந்த கை. எடுப்பான அழகிய கொங்கைகள், அகன்ற அல்குல், நுண்ணிய இடை, முழங்கால் அளவு உடுக்கப்படும் வட்டுடை, தோள் முதலியவற்றில் எழுதப்பட்ட வாரpக்கோலம் இத்த-கைய கோலத்துடன் இருப்பர். இக்கோலத்துடன் பேடு எனும் கூத்தினை பெரிய வீதியில் ஆடுவர் என்பதையே இப்பாடல் வரிகள் உணர்த்துகின்றன.

சீவகசிந்தாமணியில் திருநங்கைகள்

சீவகசிந்தாமணியில் திருநங்கைகள் பற்றிய பதிவுகள் காணப்பட்டாலும் அப்-பதிவுகள் மிகவும் கேலிக்குரியவர்களாகக் காட்டப்பட்டுள்ளன. இக்காப்பியத்தில் வருகின்ற வீணாபதி திருநங்கை என்ற போதிலும் கேலிக்குரியவராகவே காட்டப்-

பட்டுள்ளார்.

"தளையவிழ் கோழை பாடித்தான் அமர்ந்து இருப்பத் தோழி

விளைமதுக் கண்ணி வீணாபதியெனும் பேடி வேல்கள்

இளையவன் பாட வீரர் எழால்வகை தொடங்கல் அன்றே

வளையவன் எழாவின் மைந்தர் பாடுகவல்லை என்றாள்

வேயே திரள் மென் தோள் வில்லே கொடும் புருவம்

வாயவேளர்பவளம் மாந்தளிரே மாமேனி

நோயே முலை சுமப்பது என்றார்க்கு அருகியிருந்தார்

ஏயே இவளொருத்தி பேடியோ என்றார்

எரிமணிப்பூண் மேகலையாள் பேடியோ என்றார். (ஜெ.சந்திரன் (உ.ஆ) சீவ-கசிந்தாமணி மூலமும் தெளிவுரையும் ப.300)

என்ற இப்பாடல் வரிகளுக்கு "முறுக்கவிழ்ந்த மலர் மாலை அணிந்த தத்தை அவை வணங்கப்பாடி யாழ் வாசிக்க விரும்பியிருக்கும் போது அவள் தோழியாகிய தேன் வழியும் கண்ணியணிந்த வீணாபதி என்னும் பேடி, வேல் போன்ற கண்-ணையுடைய தத்தை பாடும் போது அதற்கேற்ப வீரர்கள் யாழின் கூறுபாட்டை அறிந்து அதனை மீட்டத் தொடங்குக அன்றேல் வளையணிந்த தத்தை யாழ் வாசித்தலை போல் வீரர்கள் விரைந்து பாடுக என்றாள். இதற்குப் பதில் அளிக்க முடியாத மன்னர்கள் வீணாபதியை எண்ணி நகையாடினர். அவளைப் பார்த்து இவளது திரண்ட மெல்லிய தோள்கள் மூங்கிலோ, வளைந்த புருவம் வில்லோ? வாய் வளரும் பவளமோ? வானம் நிறத்தையுடைய மேனி மாந்தளிரோ? இவளுக்-குக் கொங்கை சுமத்தல் நோயோ? எனச் சிலர் வினவினர். அருகிலிருந்த சிலர் ஏ! ஏ இவர் ஒரு பேடியோ! என ஐயுற்றனர். வேறு சிலர் இவள் ஒளி மணிப்பூண் அணிந்த மேகலையுடைய தத்தையுடன் வந்த பேடியோ" (மேலது ப.301) என விளக்கம் தரப்பட்டுள்ளது.

சீவகசிந்தாமணியில் திருநங்கைகள் பற்றி இழிவாகப் பதிவு செய்யப்பட்டிருந்-தாலும் அப்பதிவுகளின் வழி அரண்மனைகளில் அரசிகளுக்கு உதவியாளராகவும் அரச சபைகளில் நடைபெறும் நிகழ்ச்சிகளில் பங்கேற்பவராகவும் இருந்திருக்கின்-றனர் என்பது குறிப்பிடத்தக்கதாகும்.

நீலகேசியில் திருநங்கைகள்

நீலகேசி சைனசமய காப்பியமாகும். இக்காப்பியத்தில் திருநங்கைகளின் வேதனைகள் எடுத்துக்காட்டப்பட்டுள்ளன.

திருநங்கையாகப் பிறந்தவர்கள் பல்வேறு துன்பங்கள் அனுபவிக்கின்றனர் என்-பதை

"பேடி வேதனை பெரி

தோடி யூரு மாதலாற்

சேடி யாடு வன்மையிற்

கூடியாவதில்லை” (அ.சக்கரவர்த்தி நயினார் நீலகேசி ப.32)

எனப்பதிவு செய்யப்பட்டுள்ளது. சமூகத்தில் திருநங்கைகளுக்கு எவ்வித உரி-மைகளும் தராமல் ஒதுக்கி வைத்தல் போன்ற செயல்களால் திருநங்கைகளின் பிறப்பு வேதனைக்குரியது எனக்கூறப்பட்டுள்ளது.

கம்பராமாயணத்தில் திருநங்கைகள்

கம்பராமாயணத்தில் திருநங்கைகள் பற்றி குறிப்பு உள்ளது.

“ஊண் அல உண்வழி நாயின் உண்டவன்

ஆண் அலன் பெண் அலன்க ஆர்கொ லாம் என

நாணலன்,நரகம் உண்டு என்னும் நல்லுரை

பேணலன், பிறர்பழி பிதற்றி, யாகயான்” (எம். நாராயண வேலுப்பிள்ளை (உ.ஆ) கம்பராமாயணம், அயோத்தியா காண்டம் ப.183)

என்ற பாடல் வரிகள் மூலம் அறிய முடிகின்றது. அலியோ,பேடியோ என்று பிறர் இழிவாகக் கூறினாலும் வெட்கப்படாமல் இருப்பவன். தீந்தொழில் புரிந்தால் நரகம் உண்டு என்றும் நல்லுரையை சான்றோர்களும் அறநூல்களும் எடுத்துக் கூறினாலும் ஏற்காதவன், பிறரைப் பற்றி பழிச் சொற்களையே கூறுபவள் ஆடி-யவர்கள் சேர்கின்ற தீக்கதியை நான் அடைவேனாக” (மேலது ப.184) என்பது இதன் பொருளாகும். இவ்வாறு திருநங்கைகளை கலி, பேடி எனும் பெயர்களைக் கொண்டு திட்டுவதற்குப் பயன்படுத்தியிருப்பதை அறியமுடிகிறது.

மகாபாரதத்தில்திருநங்கைகள்

திருநங்கைகள் பற்றிய பதிவில் மகாபாரதம் மிக முக்கியத்துவம் பெறுகின்றது. மகாபாரதத்தில் தான் ஆண்திருநங்கைகள், பெண்திருநங்கைகள் என்னும் இரு திருநங்கைகள் பற்றிய குறிப்புகள் காணப்படுகின்றன.

“தற்காலத்தில் ஆண்திருநங்கைகள் 100க்கு 95 பேர். மீதம் உள்ள 5 பேர்தான் பெண்திருநங்கைகள் உள்ளனர். பெண் திருநங்கைகள் என்பவர்கள் பெண்ணா-கப் பிறந்து பு+ப்பெய்யும் காலத்தில் பூப்பெய்யாமல் காலம் கழிந்தால் அவர்களின் உடல், மனம் அனைத்தும் ஆண்தன்மையை நோக்கி பயணிக்கும்” (திருநங்கை ஜாரினா – திண்டுக்கல் களப்பணி முனைவர். இராஜலதா, சு.முனியப்பன்) என்ற குறிப்பை எடுத்துக் கூறினர். மேலும் பெண் திருநங்கைகள் தங்களை சமுதாயத்-திற்கு காட்டிக்கொள்ளும் விருப்பம் அற்றவர்களாக உள்ளனர். **பாரதத்தில்சிகண்டி**

விசித்திர விரியன் என்பவன் வாலிப பருவத்தை அடைந்ததும் அவரின் அண்ணன் பீஷ்மர் அவருக்கு திருமணம் செய்து வைக்க விரும்பினார். காசிநாட்டு மன்னனுக்கு அம்பை, அம்பிகை, அம்பாலிகை என மூன்று புதல்வியர் இருந்-தார்கள். அவர்களுக்குச் சுயம்வரம் நடத்த அந்நாட்டு அரசன் ஏற்பாடு செய்தான். அச்செய்தி பீஷ்மருக்குத்தொрய வந்ததும் அன்னை சத்தியவதியின் அனுமதி

பெற்று பீஷ்மர் காசி நாட்டுக்குப் போனார். சுயம்வரத்திற்குப் பீஷ்மர் வந்திருப்ப-
தைப் பார்த்த அரசர்கள் முதலில் ஆச்சர்யம் அடைந்தார்கள். பிறகு அவர்கள்
ஏளனமாக "இந்த கிழவருக்கு இங்கு நடக்கும் சுயம்வரத்தில் என்ன வேலை?
வாழ்நாள் முழுவதும் பிரம்மச்சரிய விரதம் காப்பேன் என்று இவர் எடுத்துக்-
கொண்ட சபதம் என்ன ஆயிற்று? என்று கேலி செய்தனர். அவர்களின் பேச்சு
பீஷ்மாரன் உள்ளத்தில் ஆத்திரத்தை உண்டாக்கியது. அவர் அங்கு வந்திருக்-
கும் அரசர்களை நோக்கி "மன்னர்களே! சாஸ்திரங்கள் அங்கீகாரத்துள்ள எட்டு
வகைத் திருமணங்களுள் இராக்கத மணமே சிறப்பானது எனக் கூறப்படுகிறது.
அம்பை, அம்பிகை, அம்பாலிகை ஆகிய கன்னியர் மூவரையும் பலாத்காரமாக
நான் கவர்ந்து செல்லப் போகிறேன். ஆற்றல் உள்ளவர்கள் தடுத்துப்பாருங்கள்
என்று கூறிவிட்டுக் கன்னியர் மூவரையும் தேரில் ஏற்றிக்கொண்டு பீஷ்மர் அஸ்-
தினாபுரம் புறப்பட்டார். ஆத்திரம் கொண்ட மன்னர்கள் பீஷ்மருடன் கடும்போர்
செய்கிறார்கள். பீஷ்மர் அனைவரையும் தோற்கடிக்கிறார். சாலுவ நாட்டு மன்-
னன் சால்வன் மட்டுமே பீஷ்மருட ன் தொடர்ந்து போரிடுகிறான். அவனை-
யும் தோற்கடித்து தம்பி விசத்திர வீரியனுக்கு திருமணம் செய்து வைக்க ஏற்-
பாடுகளைச் செய்கிறார். அப்பொழுது மூத்தவளாகிய அம்பை பீஷ்மரை நோக்கி
நான் சாலுவ நாட்டு மன்னனை விரும்புகிறேன். அவரும் என்னை விரும்புகின்-
றார் எனவே என்னை விட்டுவிடுங்கள் என்றாள். பீஷ்மர் அம்பிகை, அம்பாலிகை
ஆகிய இருவரை மட்டும் தம்பிக்கு திருமணம் செய்து வைக்கிறார். பின்னர் அம்-
பையை சாலுவ மன்னனிடம் போக அனுமதிக்கிறார். அம்பை சாலுவ மன்னனி-
டம் சென்று என்னைத் திருமணம் செய்து கொள் என்றாள். சாலுவ மன்னன்
சிரித்துக் கொண்டு "பெண்ணே" பலர் பார்த்திருக்க பீஷ்மர் உன்னை பலாத்கார-
மாக அழைத்துச் சென்றார். அத்தகைய ஒருத்தியை திருமணம் செய்தால் உலகம்
என்னை கேலி செய்யும் என்கிறான்". அவ்வார்த்தைகளைக் கேட்டு மீண்டும் பீஷ்-
மாரம் வந்து நீங்களே என்னைத் திருமணம் செய்து கொள்ளுங்கள் என்கிறாள்.
அதற்குப் பீஷ்மர் தான் பிரம்மச்சரிய விரதம் பூண்டவன் என மறுக்கிறார். இவ்-
வாறு இரண்டு மன்னர்களும் மணந்து கொள்ள மறுப்பதைக் கண்டு அவளுக்குப்
பழிவாங்கும் எண்ணம் ஏற்படுகின்றது. தன் துன்பங்களுக்கு பீஷ்மர்தான் காரணம்
என அவரைப் பழிவாங்க பண்ணிரெண்டு ஆண்டுகள் கடும் தவம் புரிகிறாள்.
பின்னர் ஆறுமுகக்கடவுள் இரக்கம் கொண்டு தாரசனம் தருகிறார். தேவலோ-
கத்து மலர்மாலை ஒன்றை அம்பையிடம் கொடுத்து இந்த மாலையை எவன் தன்
கழுத்தில் அணிந்து கொள்கிறானோ அவன் பீஷ்மருக்குக் கூற்றுவன் ஆவான்
எனக்கூறி மறைகின்றார்.

அம்மாலையை ஒருவருமே எடுக்க முன்வரவில்லை. பிறகு சிவனை நினைத்-
துக்கடும் தவம் கொண்டதால் சிவன் தோன்றி அம்பையே உனக்கு மறுபிறப்பு

உண்டு. அப்பிறவியில் பீஷ்மருக்கு உன்னால் மரணம் உண்டென கூறி மறைகின்-
றார். உடனே அம்பை தன் உயிரை மாய்த்துக்கொள்கிறாள். மறுபிறப்பில் துருபத
மன்னனுக்கு குழந்தையாகப் பிறக்கிறாள். துருபத மன்னன் 'சிகண்டினி'என்று
பெயர் சூட்டி சிறப்புடன் வளர்க்கிறான். துருபத மன்னன் அரண்மனை வாயி-
லில் தொங்கிக் கொண்டிருந்த மாலையை சிண்டினியே கழுத்தில் போட்டுக்கொண்-
டாள். இதனைப் பார்த்ததும் மன்னன் அவளை விரட்டி விடுகிறான். அதனால்
அவள் காட்டிற்குச் சென்று முனிவர் ஒருவருக்கு பணிவிடை செய்து வருகிறாள்.
அதனைக் கண்டு அகம் மகிழ்ந்த அம்முனிவர் பெண்ணே! பெண்ணே விரைவில்
கங்கைக் கரையில் ஒரு பெரிய திருவிழா நடக்கப்போகிறது. அங்கு வரும் கந்-
தவர்களுள் ஒருவன் உனக்குத் தனது ஆண் வடிவத்தைத் தந்து விட்டு உனது
பெண் வடிவத்தைப் பெற்றுக்கொள்வான். அதன்பின்னர் உன்னால் பீஷ்மருக்கு
மரணம் நேரும் என்று வரம் தருகிறார். அதன்படி ஆணாக மாறி பல்வேறு போர்
பயிற்சிகளையும் பெற்று விடுகிறார். பாரதப்போர் நடைபெறும் பொழுது சிகண்-
டியால் பீஷ்மர் மரணம் அடைகிறார்" (சு.வெ.நடராசன் (பதி) மகாபாரதம் பக்
37-38) இவ்வாறு ஒரு கதாப்பாத்திரத்தின் வழியாக திருநங்கைகளின் வாழ்வியல்
பேசப்படுகிறது. இக்கதையால் திருநங்கைகள் போர் செயயக் கூடிய வல்லமையும்
திறமையும் கொண்டவர்கள் என்பது எடுத்துக்காட்டப்பட்டுள்ளது.

அர்ச்சுனன் ஆண் திருநங்கை

இந்திரனின் விருப்பப்படி அர்ச்சுனன் ஐந்தாண்டுகள் தேவலோகத்தில் தங்கு-
கிறார். அப்பொழுது சித்திரசேனன் மூலம் அர்ச்சுனன் நாட்டியம், இசை ஆகிய
கலைகளைக் கற்றுக்கொள்கின்றான். ஒருநாள் இரவு அர்ச்சுனன் இருப்பிடம் தேடி
ஊர்வசி செல்கிறாள். அர்த்தராத்திரியில் ஊர்வசியை கண்ட அர்ச்சுனன் கலக்-
கமடைந்து தன்னை நாடி வந்த காரணத்தை அவளிடம் வினவுகிறான். ஊர்-
வசி அர்ச்சுனனைப் பார்த்து "மானுடாp0ல் சிறந்த வீரனே! உன் மீது எனக்கு
மையல் ஏற்பட்டுள்ளது. எனவே நான் இங்கு வந்தேன் என்று கூறுகிறாள்.
இதனைக் கேட்ட அர்ச்சுனன் தேவ மங்கையே நீ இவ்வாறு கூறாதே என் மீதுள்ள
ஆசையை விடு என வேண்டுகிறான். ஊர்வசியோ தவத்தில் சிறந்த எவரையும்
நாங்கள் விரும்பலாம் நீ ஆறுதல் அளி ; அது ஆண் மகனின் கடமையும் கூட
என்கிறாள். ஆனால் ஊர்வசியின் ஆசையை நிறைவேற்ற அர்ச்சுனன் மறுத்து-
விடுகிறான். ஆதனால் கோபமடைந்த ஊர்வசி என்னை அவமதித்த நீ பேடி-
யாகி மாதர்களின் மத்தியில் திரியக்கடவாய் என்று சபித்துவிட்டு தனது இருப்பிடம்
திரும்புகிறாள்.

இந்திரனுக்கு இச்செய்தி சென்றது. ஊர்வசியின் சாபம் ஒரு சமயத்தில் உனக்கு
நன்மை பயப்பதாக அமையும் நீ மறைந்து வாழும் காலத்தில் ஓர் ஆண்டு காலம்
பேடியாக வாழ்ந்து ஊர்வசியின் சாபத்தை நிவர்த்தி செய்து கொள் என்கிறான்".

(மேலது பக் 189-191) இவ்வாறு திருநங்கைகள் சாபத்தின் காரணமாக பிறந்தி-ருப்பதைக் காணலாம். பெண்களுக்குத் துரோகம் செய்பவர்கள் பேடியாகப் பிறக்-கின்றனர் என்பதையும் பதிவு செய்கின்றது.

நவீனஇலக்கியங்களில்திருநங்கைகள்

நவீன இலக்கியப் படைப்பாளர்கள் 1990 களுக்குப் பிறகு திருநங்கைகளைப் பற்றி பேச முனைந்துள்ளனர். இதன் பின்னர்தான் சமூகத்திலும்,இலக்கியத்திலும் அவர்களின் பிரச்சனைகள் பேசப்பட்டும், விவாதிக்கப்பட்டும் வருகின்றன. நவீன இலக்கியங்களில் திருநங்கைகளை மட்டுமே பேசக்கூடிய படைப்புகள் மிகக் குறை-வானவைகளே ஆகும். சிறுகதை, நாவல், புதுக்கவிதை, கட்டுரை, இதழ்கள், நாடகங்கள் ஆகியவற்றில் மிக உயர்வாகவோ, இழிவாகவோ திருநங்கைகள் பற்றி பதிவு செய்யப்பட்டுள்ளது. நவீன இலக்கியங்களில் திருநங்கைகள் பற்றி எத்தகைய பதிவைப் பின்பற்றியுள்ளன என்பதை அறியலாம்.

சிறுகதைகளில்திருநங்கைகள்

நவீன இலக்கிய வடிவங்களில் சிறுகதைகள் மிகுந்த செல்வாக்குப் பெற்றதுடன் இலக்கிய வளர்ச்சிக்கும் துணை நின்றது. ஆரம்பகால சிறுகதையாசிரியர்கள் பார-தியார், வ.வே.சு அய்யர், மாதவய்யர் முதலானவர்களைக் கூறலாம். சிறுகதை உலகில் புதுமைப்பித்தன், கு.ப.ராஜகோபாலன், மௌனி, லா.ச.ராமாமிர்தம், ஜெய-காந்தன், கி. ராஜநாராயணன் முதலியோர் தனக்கென தனி இடத்தைப் பிடித்-துக்கொண்டவர்கள் ஆவர். இவர்களின் படைப்புகளில் பல்வேறு பிரச்சனைகள் கருக்கொண்டு இருந்தாலும் திருநங்கைகளின் பிரச்சனைகள் அவர்கள் படைப்பு-களில் விடுபட்டு உள்ளது. எதார்த்தமாக தம் படைப்புகளில் பிரச்சனைகளை கி. ராஜநாராயணன் அவர்கள் மட்டும் திருநங்கைகளின் மன உணர்வை "கோமதி" சிறுகதையில் வடித்துள்ளார். மேலும் இன்றைய எழுத்தாளர்கள் சிலர் திருநங்கை-களின் மன உணர்வுகளை வடித்துக்காட்டி உள்ளனர். வெ. ஜீவகுமார் அவர்களின் 'அந்தப்புரங்கள்' சு.வேணுகோபாலின் 'மோகினி' போன்றோரின் சிறுகதைகளைக் கூறலாம்.

கோமதி

கி. ராஜநாராயணனால் எழுதப்பட்ட கோமதி சிறுகதையின் மையம் திருநங்-கையின் மன உணர்வுகளை எடுத்துக்காட்டுவதாக அமைந்துள்ளது.

இக்கதையின் தலைப்பே திருநங்கைகளின் பிரச்சனையை உணர்த்துவனவாக அமைந்துள்ளது. கோமதி என்பது பெண்பாலைக் குறிக்கும் பெயராகும். ஆனால் இப்பெயரைத் தாங்கி வரும் பாத்திரம் ஆணுமல்லாத பெண்ணுமல்லாத திருநங்-கையரைக் குறித்து வருகின்றது.

திருநங்கைகளின் பிறப்பே பிரச்சனை கொண்டது. மனிதப்பிறப்புகளில் சமூகம் ஏற்றுக்கொள்ளாத பிறப்பு திருநங்கைகளாகும். இதனால் மனித இனத்தில் ஒருவ-

ராகக் கூட திருநங்கைகள் ஏற்றுக்கொள்ளப்படுவதில்லை. பிறப்பு ஒன்றாக இருக்க பாலினப் பண்புகள் வேறொன்றாக கொண்டு பிறப்பது இயற்கையின் விளைவாகும். இதனைப்புரிந்து கொள்ளாமல் காலங்காலமாக ஒதுக்கியே வருவது திருநங்கைக-ளுக்கு இழைத்து வரும் பெருங்கொடுமையாகும். திருநங்கைகள் அகம் சார்ந்தும், புறம் சார்ந்தும் பல்வேறு பிரச்சனைகளைச் சந்திக்கின்றனர். கோமதி சிறுகதையில் கி. ராஜநாராயணன் அகம் சார்ந்த பிரச்சனைகளைப் பற்றி பதிவு செய்துள்ளார்.

"கோமதிக்கு உடம்பெல்லாம் வேர்த்து படபடவென்று வந்தது. தம்மைச் சிறிது ஆசுவாசப்படுத்திக்கொண்டு நிலைக்கண்ணாடியின் முன் போய் நின்று தன்னை நன்றாகப் பார்த்து தலையிலுள்ள பூவை சரிப்படுத்திக்கொண்டான். பால் டம்ளரை ஒரு தட்டில் எடுத்துக் கொண்டு மாடியை நோக்கி இப்பொழுது தான் புதுப்பெண் முதல் இரவுக்குப் போகிறதைப் போல அடிமேல் அடிவைத்து ஏறிச் சென்றான். தட்டோடு கை நடுங்கியதால் எங்கே பால் கொட்டி விடுமோ என்று நினைத்து டம்ளரை ஒரு கையில் பிடித்துக் கொண்டே போனான்.

"கோமதி, கோமதி உள்ளே வாயேன்" என்று சுலோ கூப்பிட்டாள்.

"யார் கோமதி" என்று கேட்டான் ரகு. "அதுதான் நான் அப்போ சொல்ல-வில்லையா? சமையலுக்கு ஒரு புது ஆள் வந்திருக்கிறதென்று. "ஓஹோ, சரி-தான்" என்று சொல்லிக் கொண்டு தலையை ஆட்டிக்கொண்டான். "யாரோ பெண்பிள்ளை போலிருக்கிறது" என்று எண்ணிக்கொண்டு சுலோவைப் பார்த்த-வாறு தன் பேச்சைத் தொடர்ந்தான். கோமதி மெதுவாகப் பக்கத்தில் வந்து நின்-றான்.

"அண்ணா பாலை எடுத்துக்கொள்" ரகு திரும்பிப் பார்த்தான். முகத்தைச் சுழித்தான். இந்த ரஸவிகாரத்தை அவன் ஆண்மை நிறைந்த உள்ளத்தால் தாங்க முடியவில்லை. சுலோவை இதெல்லாம் என்ன என்ற முறையில் கோபத்தோடு பார்த்தான். சுலோ கலகலவென்று சிரித்தாள். (கி. ராஜநாராயணன் கதைகள் ப.51)

கோமதி என்ற பெயரை வைத்துக்கொண்டு ஆண் திருநங்கையாக வருவதைப் பார்த்ததும் ரகு அறுவெறுப்பு கொள்கிறான். சமூகத்தில் திருநங்கைகள் இழிவாக-வும், கேவலமாகவும், நகைச்சுவைப் பொருளாகவும் பார்க்கப்படுவதை ரகு கதாப்-பாத்திரத்தின் வழியாக கி. ராஜநாராயணன் எடுத்துக்காட்டுகிறார்.

"கோமதி" சிறுகதையில் ஒருவர் சிறுவயதிலிருந்தே சிறிதுசிறிதாக எப்படியெல்-லாம் திருநங்கையாக மாறுகின்றனர். மாறியபின் அவர்களின் நடத்தைகள் மற்றும் சமூகத்தில் அவர்களுக்கு ஏற்படும் பிரச்சனைகள் போன்றவற்றை மிகவும் அழுத்-தமாகவே பதிவு செய்துள்ளனர்.

அந்தப்புரங்கள்

வெ.ஜீவகுமாரின் ''அந்தப்புரங்கள்'' சிறுகதை திருநங்கைகளின் மன உணர்வு-களையும், தங்களின் சொந்த இடத்தில் அகதிகளை விட கேவலமாக உள்ளனர் என்பதையும் எடுத்துக்காட்டியுள்ளனர்.

புகைவண்டி பயணத்தில் வாசந்தி தன்னுடன் பயணம் செய்த திருநங்கையிடம் ''உங்களைப் போல ஆளைப் பார்த்தாலே பார்த்து பயந்து ஓடுறோம்'' என்றாள் வாசந்தி.,

''ஏன் நீங்க ஓடணும்? கரட்டுனான கண்டா பயலுவ கல் எடுத்து எறியுறாங்-கல்ல. அது மாதிரி எங்களை கண்டாலும் நீங்கள் எல்லாம் கேலி செய்றது, கை நீட்டறது, கால் நீட்டறது, வெளியே சிரிப்பு தடவி உள்ளே விஷம் வச்சு பேசுறது. ஏண்டா நம்மையும் பெத்தாங்கன்னு தினம் நாங்க செத்துக்கிட்டிருக்கோம் என்று சொல்லும்போதே திருநங்கை கண்கள் ஊற்றத் தொடங்கின. இன்று வேறு ஏதும் சோகம் சந்தித்திருப்பாளோ?

சுத்தி பரிகாசம். அவமானம். பெத்த அம்மா, அப்பாவே திட்டுறாங்க. விரட்-டுறாங்க. வாடகைக்கு எவனும் வீடு தரமாட்டான். அகதி கூட பிழைச்சுக்கலாம். நாங்க அதைவிட கேவலமாய்....'' (வெ.ஜீவக்குமார், சொல்ல மறுத்த கதை —— ப.87, 88)

கணவன் எதற்கெடுத்தாலும் வாசந்தியை சந்தேககண் கொண்டு பார்க்கிறாள். டிரெயினை விட்டு வரும் அவளுடன் திருநங்கை ஒருத்தி வருகிறாள் என்றபோது அவர்கள் இருவருக்கும் தொடர்பு இருக்குமோ என்ற சந்தேகப்பார்வை கொண்டு பேசும் போது அவனையே வாசந்தி உதறிவிடுகிறாள்.

''ஏய் வாசந்தி, ஆரம்பிச்சிட்டியா? இது புது பிரெண்டா? லெஸ்பியனா?

டேய் நிறுத்துடா. நீ போடா நாயே. உன்னோட நான் வரமாட்டேன். வாசந்தி கூச்சலிட்டாள்.

அக்கா, நீங்க போங்கக்கா, நான் ஆஸ்பத்திரி போய்க்கிறேன்.

ராம்கி, அரசர்கள் காலத்தில கூட அந்தப்புரத்தில் ராணிகளுக்கு உங்களை மாதிரி சனங்கதான் பாதுகாப்பு. இவன் நம்மை ரெண்டு பேரும் சந்தேகப்படுகிறான். இந்த ஆம்பிளைய விட நீ எவ்வளவோ உசத்திடி. ஆஸ்பிட்டல் போவோம்'' (வெ.ஜீவக்குமார். சொல்ல மறுத்த கதை ப.91)

வெ.ஜீவக்குமார் 'அந்தப்புரங்கள்' சிறுகதையில் திருநங்கைகளின் உணர்வுக-ளையும் சமூக மக்களோடு அவர்கள் ஒன்றும் தன்மையையும் தெளிpவாக பதிவு செய்துள்ளார்.

மோகினி

சு.வேணுகோபால் எழுதிய சிறுகதையில் திருநங்கையாக மாறும் மாற்றத்தைத் தாய்மையோடு இணைத்துக்காட்டியுள்ளார்.

"மோகினி" கதையின் கிட்டுணன் கதாபாத்திரம் தாயை மிகவும் நேசிக்கக் கூடியவனாகப் படைத்திருக்கிறார். கதையில் கிட்டுணனை அறிமுகப்படுத்தும்பொழுது "யக்கா எங்க அத்தைய காணோம்?" கணங் கணங்கென நீட்டிப்பேசினான்." (சு.வேணுகோபால் யுகமாயினி ப.49) காற்று மூக்கு வழியாக பெண் சாயலோடு வந்தது என்ற வாpகளில் அவன் அவளாக மாறிக்கொண்டு இருக்கிறான் என்பதை எடுத்துக்காட்டியுள்ளார்.

கிட்டுணன் தன் அண்ணன் உடன் சண்டையிட்டு தன் சகோதரி வீட்டிற்குச் செல்கிறான். அங்கு அவளின்ஐந்து மாதக் குழந்தையைக் கொஞ்சிக் கொண்டு இருக்கும் போது அவனுள் இருந்த பெண்மை தாய்மையாக எழுந்து அக்குழந் தைக்கு தாய்பால் ஊட்ட எழும் அந்த நொடியில் அவன் தான் முழுமையும் ஆண் அல்ல பெண் என்பதை உணர்ந்து யாரும் அறியாமல் வேறு எந்தப் பொருளும் எடுக்காமல் தன் சகோதரியின் உடைகளை மட்டும் எடுத்துக் கொண்டு தன்னை உணர்ந்தவனாக வெளியே செல்கிறான்என்பதை ஆசிரியர் "உடல் பலவற்றைத் தலைகீழாகக் கவிழ்த்துவிடும் மாயங்கள் கொண்டது தான் உண்மை ஒன்றே மடி யில் தூங்கும் சக்தி பெற்றது. சொத்து சுகங்களுக்கு அதனால் மண்டியிட முடிவ தில்லை" என்கிறார். (சு.வேணுகோபால் "யுகமாயினி" — ப.52)

சு.வேணுகோபால் திருநங்கைகள் என்பவர்கள் தாய்மையோடு இணைந்தவர்கள் என்பதை தன் கதையில் ஆழமான பதிவுடன் இச்சமூகத்திற்கு எடுத்துக்காட்டியுள் ளபாங்கை அறியப்படுகிறது.

நாவலில்திருநங்கைகள்

நாவல்களில் திருநங்கைகள் பற்றிய பதிவுகள் காணப்படுகின்றன.சு.சமுத்திரத் தின் 'வாடாமல்லி' என்ற நாவல் முழுக்க முழுக்க திருநங்கைகள் பற்றிக்கூறுவ தாகும். முதன் முதலில் திருநங்கைகளைப் பற்றி நாவல்களில் பதிவு செய்தவர் இவரே ஆகும்.

சு.சமுத்திரத்தின் 'வாடாமல்லி' நாவல் திருநங்கைகளை மனிதநேயத்துடன் எடுத்துக்காட்டுகிறது. சு.சமுத்திரம் அவர்கள் தனது என்னுரையிலேயே இதனைத் தெளpவுபடுத்தியுள்ளார். "'மானுடம்' என்றதுமே நமக்கு ஆண்இ பெண் என்ற இரட்டைப் பிறவிகளே நினைவுக்கு வருகிறது. இதோ நாங்கள் மூன்றாவது பிறவி யாக நடமாடுகிறோம் என்று ஆண் உடம்பில் பெண் மனதையும், பெண் உடம்பில் ஆண் மனதையும் தாங்கி நிற்கும் மானுடப் பிறவிகள் நம் கண்ணில் பட்டாலும் கருத்தில் பதிவதில்லை. உடல் ஊனமுற்றோருக்கும் மற்ற பலவீனப் பிறவியினருக் கும் பச்சாதாப்படும் நாம் இந்தப் பாவிகளைப் பார்த்ததுமே சிரிக்கிறோம். இவர் களைப் பயங்கரப் பிறவிகள் என்று அனுமானித்து ஒதுங்கிக் கொள்கிறோம் ";. (சு.சமுத்திரம் -வாடாமல்லி ப.9) என்கிறார்.

இந்நாவலில் சுயம்பு என்றப் பெயரை திருநங்கைத் தன்மையோடு ஒப்பிட்டுள்-ளார் நாவலாசிரியர். நாவலில் சுயம்பு என்பதற்கு "சுயம்புன்னா தானாய் முளைத்த லிங்கம்னு பேரு. அதுக்கு எந்த அபிஷேகமும் கிடையாது" (சு.சமுத்திரம், வாடா-மல்லி, ப.179) என ஆசிரியர் பொருள் கூறுகிறார். திருநங்கைத்தன்மையைப் பெற்றவர் தன் குடும்பத்துக்கும், சமுகத்திற்கும் தன்னிலையை எடுத்துக் கூற முடி-யாமல் அவலப்படுவதைப் "எம்மா, என்னை எதுக்காக இப்படி பெத்தே? நான் யாரும்மா? சுயம்பு.. கத்தி கத்தி களைத்துப் போனான். அப்பாவையும், அம்மா-வையும் திட்டித் திட்டி அலுத்துப்போனான்";. (சு.சமுத்திரம். வாடாமல்லி ப.14)

திருநங்கைத்தன்மையை முழுமையாகப் பெற்றவர்கள் பெரும்பாலும் பெண்களு-டன் பேசவும் பழகவும் விரும்புவார்கள். இந்நிலையில் இருக்கும் சுயம்பு பெண்-ணுடன் பேசுவதற்கு முற்படுகிறான். அதனால் பல்வேறு அவமானங்களைச் சந்-திக்கிறான். இதன் மூலம் திருநங்கைகள் படும் மனவேதனையை ஆசிரியர் பதிவு செய்துள்ளார்.

"இந்த சமயத்தில் தனது தோளில் ஏதோ ஒன்று உரசுவதைப் பார்த்து கவனம் கலைக்கப்பட்ட கோபத்தில் திரும்பினாள். சுயம்பு அவளிமிருந்து ஒரு அங்குலம் கூட பிரியாமல் பேசினாள்".

"அவரு ரொம்ப நல்லா ஆடுகிறார் இல்லியா?" எம்மாடி இப்படி யாரும் ஆடி நான் பார்க்கலை.. ஆமா இவரு பேரு என்ன... எந்த கோர்ஸ் படிக்காரு"

"தள்ளி நில்லுடா ராஸ்கல், டர்ட்டி ;பெல்லோ, என்னடா நினைச்சுகிட்டே..."

சுயம்பு, எதையும் நினைக்காமல் சும்மாவே நின்றபோது அவள் கூச்சல் போட்-டாள். அந்த ஒற்றைக் கூச்சல், வாலிபால், கூடைப்பந்து கூட்டத்தில் எழுப்-பிய கூச்சல்களை அமுக்கிவிட்டது. அவளோ சுயம்புவைப் பார்க்காமல் அந்த வாலிபால் காரனைப் பார்த்தபடியே கத்தினாள். அவன் அங்கே வந்து, இவனை வயிற்றில் உதைத்து, கீழே வீழ்த்திவிட்டு தன்னை வாரி அணைத்துக் கொள்ள வேண்டும் என்ற சினிமாத்தனமான ஆவேசம் அவன் முகம் திரும்பிப் பார்ப்பது வரைக்கும் உச்சமாய்க் கத்தினாள். அவன் பந்தை நெட்டிலேயே வீசி எறிந்து விட்டு, சகாக்களுடன் வேக வேகமாய் வந்தபோது. அவள் அழுதழுது கத்தினாள்.

இதற்குள் கூடைப் பந்துக்காரிகளும் முண்டியடித்து ஓடி வந்தார்கள். வாலிபால் பையன்களை முந்தி அவள் பக்கம் போய் விட்டார்கள். அதே சமயம் அவர்கள் வருவது வரைக்கும் எதுவும் பேசாமலும் சுயம்புவைத் தப்ப விடாதபடிக்கும் வியூகம் போட்டு நின்றார்கள்.

அவள் அழ அழ ஒவ்வொரு மாணவனும் வீர புருஷனான் இன்னும் அந்த வாலிபால்காரனையே விழுங்கி விடுவது போல் பார்த்த சுயம்புவை ஒருத்தன் முடி-யைப் பிடித்து இழுத்தான். கூடைப்பந்துக்களில் ஒருத்தி குத்து என்கிற மாதிரி வலது கையை முஷ்டியாக்கி வாயைப்பாதியாக்கி அந்தரத்தில் குத்துவிட்டாள்.

(சு.சமுத்திரம், வாடாமல்லி, பக்.54)

சுயம்பு என்ற பாத்திரப்படைப்பின் மூலம் படிக்கும் மாணவர்கள் திருநங்கையாக மாறும்போது ஏற்படும் சிக்கல்களை எடுத்துக்காட்டியுள்ளார். மேலும் திருநங்கை-யாக மாறும் எண்ணம் அதிகளவு ஏற்படும் போது அவர்கள் பெண்ணுக்குரிய உடை,ஆபரணம் அணிய விரும்பும் மனநிலையை ஆசிரியர் விளக்குகிறார்.

"சுயம்பு ஒரு முடிவிற்கு வந்தான். டேவிட்டுக்கு இந்த லுங்கியோடு கடிதம் எழுதுவது அவரை அவமானப்படுத்துவது மாதிரி, என்னை நானே ஏமாற்றிக் கொள்வது கொள்வது மாதிரி எழுதுவதையே எழுதுகிறேன். பொய் வேஷம் களைத்து, நிசவேஷம் போட்டு எழுதலாம். இது வெறும் கடிதமல்ல சத்தியவாக்கு

சுயம்பு கதவைச் சாத்தினாள். ஆனால் தாழ்ப்பாள் இடவில்லை. அடக்கமுடி-யாத ஆசை ஒரு பாதி யாரும் பார்க்க மாட்;டார்கள் என்ற எண்ணம் மறுபாதி.

மூன்றாம்பாலினப் பருவம்

திருநங்கை எழுதிய முதல் நாவல் மூன்றாம் பாலினப் பருவம் என்னும் நாவல் ஆகும். இந்நாவலின் ஆசிரியர் பிரியாபாபு ஒரு திருநங்கை என்பது குறிப்பிடத்-தக்கது.

பெற்றோர்கள் முதல் இட ஒதுக்கீடு வரை சமூகத்தின் ஒவ்வொரு கட்டத்திலும் புறக்கணிப்பு கேவலமும் காமமும் சரிபாதியாய்க் கலந்து பார்க்கப்படும் குரூரப் பார்வை. தீண்டாமைக்கென்றே பிறப்பெடுத்தது போல் பிரயோகிக்கப்படும் அருவெ-றுப்பு. இன்றும் எத்தனையோ சொல்லமுடியாத அம்புகளால் குத்தப்பட்டு நிற்கும் திருநங்கைகளின் அவலத்தை எடுத்துக் காட்டும் நோக்கில் எழுந்தது இந்நாவல் ஆகும்.

திருநங்கைகளை அவர்களின் பெற்றோர்கள் புரிந்து கொள்ளாமல் அவர்களை செய்யும் சித்ரவதைகளை ஆசிரியர் இந்நாவலில் பதிவு செய்துள்ளார்.

"எங்களுக்கு மட்டும் ஆசை இல்லையாம்மா எங்க குடும்பத்தோட இருக்க-ணும்னு. ஆனா எங்களைப் புரிஞ்சுக்கிறவங்க தான் இல்ல. இங்க உள்ளவங்க எல்லாரும் நல்ல குடும்பத்துல பொறந்தவங்கதாம்மா. ஆனா எங்க உடம்புல ஒரு பெண்தன்மை இருக்கிறதப் புரிஞ்சுக்காத எங்க குடும்பம் நாங்க ஏதோ வேணும்னு பண்ணுறதா நெனைச்சி பண்ணுன சித்ரவதை இருக்குதே...அப்பா.... கொஞ்ச நஞ்சமில்ல. ஒரு கட்டத்துல வாழ்க்கையே வெறுத்துப்போய் சாகலாமுன்னு போனா அதற்கு மனசு வரமாட்டேங்குது. சரி நம்மள மாதிரி கூட்டத்தோட சேந்துக் காலத்த ஓட்டலாமுன்னு வீட்டைவிட்டு ஓடிவந்து எங்க [எங்க கூட ஓட்டிக்கிறோம். வயி-றுன்னு ஒண்ணு இருக்குதேம்மா அதுக்கு மான மரியாதை தெரியாதே. அதோட பசிய அடக்குறதுக்காகத்தான் காசு சம்பாதிக்க கடை கடையா கைதட்டி பிழைப்பு ஓட்டுறோம். (பிரியாபாபு - மூன்றாம்பாலின் முகம் ப.95)

பெற்றவர்களும் உடன் பிறந்தவர்களும் தன்னுடைய கௌரவத்தைத்தான் பார்க்-கிறாங்க. தவிர எங்களுடைய மனசைப் பார்க்க மறுக்கிறார்கள் என்றத் திருநங்-கைகளின் எண்ண ஓட்டத்தை ஆசிரியர் விளக்கி உள்ளார்.

அவன் - அது — அவள்

அவன் - அது - அவள் நாவலின் ஆசிரியர் யெஸ். பாலபாரதி ஆகும். பெண்-களாகவும், ஆண்களாகவும் இல்லாமல் திருநங்கைகளாக மாறியவர்களுக்கு வாழ்க்கையின்மீது இருக்கும் தீராத காதல் மற்றும் அவர்கள் வாழ்வில் இருக்கும் வலிகளை எ:டுத்துக்காட்டி இச்சமூகம் அவர்களை சக மனிதர்களாக மதிக்க வேண்டும் என்ற நோக்கில் ஆசிரியர் இந்நாவலை படைத்துள்ளார்.

இந்நாவலில் வரும் திருநங்கை கோமதி தான் திருநங்கையாக வாழ ஆசைப்-படவில்லை. முழுமையாக பெண்ணாக வாழ வேண்டும் என ஆசைப்படும் கதா-பாத்திரமாக ஆசிரியர் பதிவு செய்துள்ளார்.

"நான் பெண்ணாக வாழ ஆசைப்படுகிறேன், முழுப்பெண்ணாக! திருநங்கையாக வாழ்வதில் எனக்கு உடன்பாடில்லை. இது என் கோளாறு அல்ல. இயற்கையின் கோளாறு. பெண்ணாகப் பிறக்க வேண்டியவளை இயற்கை தவறுதலதாக ஆணா-கப்பிறக்கச் செய்து விட்டது. சில இழப்புகளுக்குப்பின் நான் இயற்கையின் தவற்றை முழுமையாக இல்லாவிட்டாலும் கொஞ்சமாகவேணும் நிவர்த்தி செய்தி-ருக்கிறேன். திருமணத்திற்கு பிறகு டாக்டரிடம் போய் முறையான பிளாஸ்டிக் சர்-ஜரி செய்து... என் அன்பரசனுக்கு பூரண சுகத்தினை வழங்க வேண்டும் என்ப-துதான் என் ஆசை. தனக்குத்தானே பேசிக்கொண்டாள் ". (பாலபாரதி - அவன் - அது — அவள் ப.179)

திருநங்கைகளின் திருமணம் தோல்வியை அடைந்தபோதும் அல்லது கணவன் தன்னை சந்தேகத்துடன் பார்க்கும் போது அது கூட தன்னை பெண் என்று அவன் மனதில் நினைத்ததினால் தான் ஏற்பட்டது என தன் தோல்வியிலும் வெற்றியைத் தேடும் திருநங்கைகள் பலர்.

"அவன கட்டிக்கிட்டு போய் ஒரு வருசத்துக்குள்ளேயே இப்படியாகிட்டி-யேடி....? ஒரு வருஷமா அட நீ வேற தீதி.. ,மூன்று மாசத்திலேயே ஆரம்பிச்சு-டுச்சு. மொதல்ல பால் கடக்கார பையாகிட்டேயும், பக்கத்து வீட்டு மாட்டுக்காரன்-கிட்டேயும் பேசிக்கிட்டு இருந்ததப்பார்த்துட்டு அவனுங்களை வச்சு இருக்கியான்னு கேட்டுத்தான் அடி விழுரது ஆரம்பமாச்சு ....

"என்னடி சொல்ற? பேசாம அவனவிட்டுட்டு வந்துட வேண்டியதுதானே?

'அது எப்படி கட்டினவன விட்டுட்டு வர முடியும்..? அவன விட்டுட்டு வரதும் பண்றதும் ஒன்னுதாங்க..

'அப்ப அவன் ஒன்னைய சந்தேகப்படுறான்னு சொல்லுறியா....? ஒனக்குக் கோவமே வரலையா?

'இதுல கோவப்படுறதுக்கு என்ன நீதி இருக்கு...? நானோ போட்ட... என்னையே ஒரு பொம்பள மாதிரி சந்தேகப்படுறானேன்னு சந்தோசப்பட்டுகிட்டேன். ஆனா.... அன்னையில இருந்து வாரத்துக்கு மூன்று நாலு நாள் சண்டை போட்டுகிட்டுதான் இருக்கோம். அதுதான் மனது ஆறமாட்டேங்குது (மேலது ப.184) திருநங்கைகளுக்குள்ளும் நல்ல பெண் உள்ளங்கள் உள்ளன என்பதை அறியப்படுகிறது,

கவிதைகளில்திருநங்கைகள்

புதுக்கவிதை கால வேகத்தில் கவிதை துறையில் இயல்பாக ஏற்பட்ட பரிணாமம் ஆகும். இத்தகைய கவிதைத் துறையில் நா.காமராசர், இன்குலாப் போன்ற கவிஞர்கள் சமூகத்தால் புறக்கணிக்கப்பட்ட மக்களுக்காகத் தங்களின் கவிதைகள் மூலம் குரல் கொடுத்திருக்கின்றனர்.

சமூகப் பண்பாட்டுத்தளத்தில் ஆண் பெண் வேறுபாடுகள் பெண்ணை ஒதுக்குவதற்குக் காரணமாக அமைகிறது. திருநங்கைகள் இவ்வாறே ஒதுக்கப்படுகின்றனர். இந்நிலையை நா.காமராசனின் காகிதப்$G+$க்கள் கவிதை காட்டுகிறது.

எந்த ஒரு வேலையைச் செய்வதற்கும் ஓர் உறுப்பு தேவைப்படும். உறுப்புகளே இல்லாமல் எந்த வேலையும் செய்ய முடியாது. உறுப்புகள் இல்லாமல் வேலை செய்தால் எவ்வளவு முரணாகிறதோ அது போன்றே திருநங்கைகளின் நிலையாகும்.

"முங்கையொரு பாட்டிசைக்க
முடவதனை எழுதிவைக்க
முடவன்கை எழுதியதை
முழுக்குருடர் படித்ததுண்டோ?
மூங்கையனின் பாட்டானோம்
முடவன்கை எழுத்தானோம்
முழுக்குருடர் படிக்கின்றார்
சந்திப்பிழை போன்ற
சந்ததிப்பிழை நாங்கள்
காலத்தின் பேரேட்டைக்
கடவுள் திருத்தட்டும் "
என்கிறார். (நா.காமராசன், கருப்பு மலர்கள், ப.121)
புதுக்கவிதையில்திருநங்கைகளைப்பற்றிபேசியமுதல்கவிஞர் நா.காமராசன்

திருநங்கைகளின்பிரசசனைகளையும் சமூக நிலைப்பாடுகளையும் நன்கு உணர்ந்து படைத்துள்ளார். செல்வ காந்தன். "தவறி பிறந்து விட்டோம் அரவாணிகளாய்" என்ற தலைப்பில் திருநங்கைகளைப் பற்றி கவிதை எழுதியுள்ளார்.

"உறவுகளை

உணரமுடியாமல்

உறவுகளும் உறவாடாமல்

ஒதுக்கி விடுகின்றன

ஒதுக்கி விடுகின்றன

அரவணைக்க மறுத்து" (செல்வகாந்தன் (கவி) புதிய கோடங்கி ப.53)

திருநங்கைகளை மனிதநேயப் பாங்குடன் இச்சமூகம் பாவிப்பதில்லை. அனைத்து நிலைகளிலும் ஒதுக்கி வைக்கின்றனர். இதனால் மனிதக் கூட்டத்தினுள் அடையாளம் அற்றவர்களாக வாழ்கிறார்கள்.

"ஓயாமல் மனதில்

அலையடிக்க

ஓய்ந்து கிடக்கிறோம்

ஒதுங்கி தவிக்கிறோம்

சருகாய்

பிறப்பது சாத்தியமா?

பூப்பது சாத்தியமா?

முற்றுப்பெறா

இக்கவிதையைப் போலவே

நாங்களும்" (மேலது ப.53)

என தலித்துக்களைவிட கீழ்மட்டத்தில் உள்ளனர்.. திருநங்கைகள் என்பது ஆய்வின் மூலம் அறியப்படுகிறது.

இலக்கண ஆசிரியர் திருநங்கைகளைப் பற்றி வரையறை என்றளவில் மட்டுமே பதிவு செய்துள்ளார்கள். ஒட்டு மொத்த இலக்கணப் பதிவுகளையும் ஆராயுமிடத்து சமூகத்தால் திருநங்கைகள் புறக்கணிக்கப்பட்டுள்ளார்கள் என்பதையே காட்டுகிறது.

சங்க இலக்கியங்களில் திருநங்கைகள் சமூகத்தோடு நெருங்கிய தொடர்பு கொண்டுள்ள தன்மையைக் சுட்டுகிறது. சங்கம் மருவிய காலகட்ட இலக்கியங்க-ளில் திருநங்கைகளின் பிறப்பு இழிவு என செய்திகள் பதிவு செய்யப்பட்டுள்ளன. பக்தி இலக்கிய காலகட்டத்தில் திருநங்கைகளை உயர்வாக பேசப்பட்டுள்ளனர்.

திருநங்கைகளின் வாழ்வியல்,தொழில் போன்ற நிலைப்பாடுகளை காப்பியங்கள் காட்டுகின்றன. திருநங்கைகள் அறிவாற்றலும் வீரம் மிக்கவர்களாகவும் காப்பியங்-கள் பதிவு செய்துள்ளன.

இக்கால இலக்கிய பதிவுகளில் திருநங்கைகளின்; மன உணர்வு நம்பிக்கை, சமூகம், குடும்ப சிக்கல் ஆகியவற்றைப் பதிவு செய்துள்ளது. சிறுகதை, நாவல் போன்ற இலக்கியங்களில் திருநங்கைகளே தங்களின் மன உணர்வுகளை எழுத்-தாக பதிவு செய்துள்ளனர்.

2

திருநங்கைகளின் சமுதாய உறவுகள் சடங்குகள்

குடும்பம் என்பது ஒரு சிறிய குழுவாகவும் அல்லது பெரிய குழுவாகவும் இருக்-
கலாம். இதில் குறைந்த அளவு ஓர் ஆணும் பெண்ணும் இடம் பெற வேண்டும்.
இவ்விருவரும் அவர்களுடைய சமுதாயம் ஏற்றுக்கொண்டுள்ள மணம் செய்து
கொண்டவர்களாக இருக்க வேண்டும். திருநங்கைகள் இக்குடும்ப நிலையில் சற்று
வேறுபட்டுக் காணப்படுகிறார்கள். அதனால் சமுதாய உறவுகளும் அதw;கேw;ற
சடங்குகளும் மாறுபட்டத்தன்மைகளை தகவலாளியின் தகவல் மூலம் அறியப்பட்-
டது.

குடும்பஉறவுகள்

திருநங்கைகள் இருவர் அல்லது மூன்று பேர் சேர்ந்து குடும்பம் என்ற ஒன்றை
அமைத்துக்கொள்கின்றனர். ஒரு சிலர் தனியாகவும் வாழ்ந்து வருகின்றனர். குடும்ப
அமைப்பில் தாய், அம்மாயி, அத்தை, ஞானியர், அக்கா, தங்கை, கணவன்,
மனைவி, குழந்தை போன்ற உறவு நிலைகள் காணப்படுகின்றன.

ஒரு திருநங்கை மற்றொரு திருநங்கையை மகளாக தத்தெடுத்துக்கொள்ளும்
போது அம்மா மகள் உறவு ஏற்படுகிறது.

"தத்தெடுத்துக் கொள்ளும் ஜமாத் மூலம் அல்லது மூத்த திருநங்கைகள்
அனைவாரpன் அனுமதி பெற்றுதான் தத்து எடுத்து உறவு முறையை ஏற்படுத்திக்
கொள்கிறோம் என்கிறார்''. (திருநங்கை பழனியம்மாள் திருநங்கை பழனியம்மாள்
திருச்சி) தத்து எடுக்கும் திருநங்கைக்கு சில சடங்குமுறைகளை திருமண நிகழ்-

வைப்போல் செய்கின்றனர். மூத்த திருநங்கைகளுக்கு மகளாக இருக்கும் திரு-நங்கை அவர்களை அம்மா என்று அழைத்துக்கொள்கின்றனர். மகளுக்கு மகளாக வரும் திருநங்கைகள் மூத்த திருநங்கையை அம்மாயி என்று அழைத்துக்கொள்-கின்றனர்.

தாயிடம் மகள் மிகுந்த மரியாதை கொண்டு இருந்தனர். "தாய் திருநங்-கையிடம் மரியாதையின்றி பேசக்கூடாது. மூத்த திருநங்கைகளைப் பார்க்கையில் முட்டிக்காலைத் தொட்டு வணங்க வேண்டும். சாயந்திரம் விளக்கு வைத்தவு-டன் வீட்டிலுள்ள அனைத்து மூத்த திருநங்கைகளின்; முட்டிக் காலைத் தொட்டு வணக்கம் செலுத்த வேண்டும்" இம்முறையினால் தான் திருநங்கைகளிடம் உறவு நிலைகளில் பிளவுகள் ஏற்படுவதில்லை என்கிறார் (திருநங்கை வைஷ்ணவி தஞ்-சாவு+ர்;) திருநங்கைகளிடம் தந்தை,அண்ணன், தம்பி என்ற உறவு முறைகள் காணப்படுவதில்லை. அக்கா, தங்கை உறவுகள் மிகுந்த பாசத்துடனும் மரியாதை-யுடனும் காணப்படுகிறது. அக்கா அவர்களின் கால்களைத் தொட்டு வணங்கும் தன்மை இளைய திருநங்கைகளிடம் காணப்படுகிறது. இவர்களிடம் மாமன், மச்-சான் போன்ற உறவு முறைகள் காணப்படுவதில்லை.

திருநங்கைகள் சமூகத்தில் தாய் திருநங்கைக்கும் மகள் திருநங்கைக்கும் சண்டை வருவதில்லை. ஆனால் மகள், மகன்களுக்கிடையே சண்டைகள் வர வாயப்புகள் அதிகம். எத்தகைய சண்டையோ, பிரச்சனையோ இருந்தாலு.ம் அவை சிறிது நேரம் மட்டுமே நீடித்திருக்கும். இவர்களுக்குள் ஆழமான உண்மை-யான பாசம் இருக்கும். பிற சமூகத்தினர் பணம், பொருள், சொத்து இவைகளை எதிர்பார்த்து பாசம் காட்டுவர். மாறாக இவர்களிடம் எவ்வித எதிர்பார்ப்பும் இல்லா-மல் பாசமும் அன்பும் இருக்கும். பணம் ஈட்டும் பொருட்டு வெளியூருக்கு நீண்ட நாட்களாக சென்று வந்த மகன் திரும்பி வந்த உடன் தாய் மற்றும் அவரின் சகோ-தரிகளும் கட்டிப் பிடித்து பாசம் காட்டுவதுடன் இவருக்கு பிடித்தமான உணவு-கள் சமைத்து அனைவரும் ஒன்றாக உட்கார்ந்து உணவு உண்பர். பின்னர் அவர் வெளியூர் போன இடத்தில் நடந்த சம்பவங்களை அவர் பகிர்ந்து கொள்வர். இவர்களிடையே விட்டுக்கொடுத்தல், அன்பு, நெருக்கம் எல்லாமே உண்மையாக இருக்கும்.

சிறிய திருநங்கைகள் உட்கார்ந்து இருக்கையில் மூத்த திருநங்கைகள் வந்தால் எழுந்து நின்று வணக்கம் செலுத்திவிட்டு அவர்கள் சென்ற பிறகோ அல்லது அவர்கள் அமரச் சொன்னால்தான் அமர வேண்டும். பஞ்சாயத்துக் கூட்டங்களில் கட்டாயமாக முக்காடிட்டு இருப்பதும் வேண்டும்.

உறவுமுறை

ஒரு தனி மனிதருக்குச் சமுதாயத்தில் உள்ள அனைவரும் உறவினர்களாக இருக்க முடியாது. ஒவ்வொருவருக்கென்றும் தனிப்பட்ட ஓர் உறவுகள் உண்டு.

அவர்களில் சிலர் நெருக்கமாகவும் மற்றவர்கள் வேறு நிலைகளில் நட்புடையவர்க-ளாகவும் உள்ளனர். இத்தகைய உறவு முறைகளிலிருந்து திருநங்கைகளின் உறவு-முறை சற்று வேறுபடுகிறது. திருநங்கைகள் உறவுமுறைகளை வளர்த்துக்கொள்ள மாறிவரும் திருநங்கைகளைத் தத்து எடுத்துக்கொள்கின்றனர்.

திருநங்கைகளின் உறவு முறைகளில் ஆண்களைக் குறிக்கும் சொற்களை அவர்களுக்குள் அழைத்துக்கொள்வதில்லை. அதற்குக் காரணம் திருநங்கைகள் பெண்ணாகவே இருக்கக் கருதுகிறார்கள். அதனால் பெண்களை அழைக்கும் உறவு முறைச் சொற்களை மட்டும் பயன்படுத்துகின்றனர். திருநங்கைகள் அனை-வரும் திருநங்கைகளையே உறவுமுறைச் சொற்களைச் சொல்லி அழைக்கின்றனர். அவர்களுக்கென்று தனித்தனி உறவு முறைச் சொற்கள் இருந்து வருகின்றனர்.

மக்கள் இடையே உள்ள உறவு முறைக்கும், திருநங்கைகளிடையே உள்ள உறவுமுறைகளின் பெயர் நிலைகள் மாறுகின்றன.

தமிழ்மக்கள்உறவுமுறை - திருநங்கைகள்உறவுமுறை

1. அம்மா - குரு

2. பாட்டி - நானி, நானகுரு

3. கொள்ளுப்பாட்டி - தாதி , தாதகுரு

4. பெரியம்மா - படாகுரு , காலாகுரு

5. சின்னம்மா - சோட்டாகுரு, காலாகுரு

6. மூத்தோர் , மூதாதையர் - புஜீர்

7. மாமியார் - சாஸ்

8. அக்கா , தங்கை - குருபாய்

9. அண்ணி - நலந்த்

10. ஓரகத்தி - ஜேட்டானி

11. மகள் - சேலா

12. பேத்தி - நாத்திசேலா

13. பேத்தியின் மகள் - சந்திசேலா

14. பங்காளி - சவுக்கன்

15. சிறுவன் - டேப்கா

16. சிறுமி - டேப்சி

17. அண்ணன் - பாவ்லா

18. கிழவன் - சுல்லா

19. கிழவி - சுல்லி

20. அக்கா,தங்கையின் மகள் - பாந்திச்சேலா

21. ஆண் - பந்தி

22. பெண் - நாரன்

23. வீட்டிற்குத்தலைவி - நாயக்

24. அக்கா, தங்கை - குருபாய்

25. ஆயா - நானி

திருநங்கைகளில் மூத்தவர்களாக இருப்பவர்களை 'அம்மா' என்றும் 'ஞானியர்' என்றும் 'அம்மாயி' அழைத்துக் கொள்கின்றனர். திருநங்கைகள் பாட்டி என்ற சொல்லுக்குப் பதில் அம்மாயி என்று அழைக்கின்றனர்.

மூத்த திருநங்கைகளுக்குக் குழந்தையாக இருக்கும் திருநங்கைகள் அவர்களை அம்மா என்று அழைத்துக் கொள்கின்றனர். குழந்தைக்கு குழந்தையாக இருக்கும் திருநங்கைகள் மூத்த திருநங்கைகளை அம்மாயி என்றும் அழைத்துக்கொள்கின்-றனர். குழந்தை இல்லாத திருநங்கை மூத்த திருநங்கைகளை ஞானியர் என்றும் மாமியார் என்றும் அழைத்துக் கொள்கின்றனர். பெண்களை அழைப்பது போலவே அதாவது "வாடி, போடி, என்னடி" என்று அழைத்துக் கொள்கின்றனர். சகோதரி உறவு முறை "குருபாய்" என்ற சொல்லால் குறிப்பிடப்படுகிறது. திருநங்கைகள் பிற பெண்களை 'அக்கா' என்றே அழைக்கின்றனர்.

திருநங்கைகள் தங்கி இருக்கும் ஊர்களில் மட்டுமே தனித்தனியாகக் குடும்பம் நடத்தி வருகின்றனர். ஆனால் திருநங்கைகள் அனைவரும் கூட்டமாகச் சேர்ந்து வாழ்கின்றனர். குடும்பங்கள் மட்டுமே தனித்தனியாக இருக்கின்றன. இங்குக் குடும்பம் என்பது திருநங்கைகளுக்கு இடையிலான கணவன்-மனைவி உறவைக் குறிக்குமே தவிர வீட்டைக் குறிக்காது. மற்ற வகையில் திருநங்கைகள் எங்கு சென்றாலும் கூட்டமாகவே செல்கின்றனர். திருநங்கைகள் தங்களுக்குள் பிரித்துப் பார்ப்பது இல்லை. சமமாகவே இருக்கின்றனர். அவர்களுக்குள் இருக்கும் சில முறைகளோடுதான் வாழ்ந்து வருகின்றனர். எங்கும் திருநங்கைகள் தனியாகக் குடும்பம் நடத்துவதில்லை. . வெளியூர்களுக்குச் சென்றால் மட்டுமே கூட்டமாகச் சேர்ந்து நிகழ்ச்சிகளில் கலந்து கொள்கின்றனர். நிகழ்ச்சிகள் முடிந்து வீட்டிற்குத்-ரும்பிய பின் அவரவர் குடும்பத்தில் இணைந்து கொள்கின்றன தன்மையை அறி-யப்படுகிறது.

தாய்தந்தைஉறவுகள்

திருநங்கைகளாக மாறினாலும் அவர்களைப் பெற்றெடுத்த தாய்தந்தையின் மீது மிகுந்த பாசம் உடையவர்களாக உள்ளனர். பெற்றவர்களினால் தன் மகன் பெண்-ணாக மாறுவதை ஏற்றுக்கொள்ளும் மனநிலைக்கு வர இயலவில்லை காரணம் என்றால் ஒன்று பையன்கள் மேல் உள்ள பற்று. இரண்டாவது சமுதாயத்தின் மேல் உள்ள பயம், நமது மகன்திருநங்கையாக மாறிவிட்டால் சொந்த பந்தம் என்ன நினைக்கும் நம் குடும்பத்தைப் பற்றி என்ன பேசும் என்ற பயமே காரணம். இந்த எண்ணப்போக்கைப் பற்றி திருநங்கை பகிர்ந்து கொள்ளும் போது "நான் பொடவை கட்டிக்கிட்டு திருநங்கையாக போறேன்னு சொன்னப்ப எங்க அப்பா எங்கிட்ட

இதோ பாருடா நமக்குப் பங்கும் பங்காளிங்க சொந்தப் பந்தங்க எல்லாரும் இருக்-
கிறாங்க. நீ என்னடான்னா பொடவை கட்டிக்கப்போறேன்னு சொல்றே. அது உன்-
னோட இஷ்டம். நீ வெளியே பொடவ கட்டிக்கிட்டு ஆடு பாடு. ஆனா வீட்டுக்கு
வரும் போது மட்டும் லுங்கி சட்டையில வந்துடு சாமி. பாக்குறவங்க நம்ம குடும்-
பத்தைப் பற்றி கேவலமாக பேசுவாங்கன்னு சத்தியம் வாங்கிக்கிட்டாரு. அப்போ
சரின்னு ஒத்துக்கிட்டேன். ஆனா இப்போ அதை மீறிட்டேன். அப்பா இப்போ
உயிரோட இல்லை;" என்றார் (திருநங்கை அனிதா) தந்தையின் மனநிலையையும்
அவருக்கு கொடுத்த வாக்கை தன்னால் காப்பாற்ற முடியவில்லை என்ற மனஉ-
றுத்தலையும் வெளிப்படுத்தினார்.

தாயை விட தந்தை தன் மகன் ஆணாக இல்லாமல் பெண்ணாக மாறுவ-
தைவிட இறந்து போய்விடட்டும் என்று நினைப்பவர்கள் அதிகம். இம்மாதிரியான
ஒரு நிகழ்வைத் தம் வாழ்வில் நடந்ததைப் பற்றி திருநங்கை கவிதா கூறும் போது
"என்னுடைய அப்பாவும் என் தம்பியும் நீ இப்படி திருநங்கையா மாறிட்டு எங்க
வம்சத்தையும் குடும்பத்தையும் கெடுக்க வந்தியா? எங்க மதிப்பைக்கெடுக்க வந்-
தியா? என்று என்னைப் பேசாத பேச்சு இல்லை. ஏன் பயங்கரமா அடிச்சும்
இருக்கிறாங்க. பெத்த அப்பாவும் தம்பியும் இப்படி நம்மளக் கொடுமைப்படுத்த-
றாங்க இனிமே எதுக்கு உயிர் வாழணும் என்று விஷத்தைக் குடிச்சிட்டுப் பேசாம
படுத்துட்டேன். என் வாயில் நுரை வந்ததைப் பார்த்து எங்க அம்மா எம்புள்ள
விஷத்தைக் குடிச்சுட்டானே என்று கதறி அழுது அப்பாவும் பக்கத்தில் இருக்கிற-
வங்கதான் என்னைத் தூக்கிட்டுப் போய் ஆஸ்பத்திரியில் சேர்த்தாங்க. என்னைப்
பார்க்கக்கூட அப்பாவும் தம்பியும் வரல. அம்மாவும் தங்கச்சியும் தான் என்னைப்
பார்த்துக்கிட்டாங்க. நான் இப்போ அவர்களை விட்டு பிரிந்து வந்தாலும் இன்-
னும் எங்கப்பாக்கும் தம்பிக்கும் என் மேலே கோவம் இருக்குது. ஆனா எனக்கு
அவங்க கூட வாழணும் என்று ஆசையா இருக்குது;" என்று அழுகிறார். (திரு-
நங்கை கவிதா) அவரின் அழுகையின் ஏக்கத்தை துடைக்க முடியுமா என்றால்
அது பொய வினாவாகத்தான் ஏனெனில் திருநங்கை பற்றிய விழிப்புணர்வு சமூ-
கத்தில் உள்ள மக்களுக்கு போய் சேரும் வரை அவரைப் போன்று பிற திருநங்-
கைகளின் அழுகையும் ஏக்கமும் தொடரும்.

திருநங்கைகளாக மாறும் இவர்களின் துன்பத்தோடு இவர்களின் தாயும் துன்-
பப்படும் #ழல் ஏற்படுகிறது. ஆண் தன்மையிலிருந்து பெண் தன்மைப் பெற்று
அவற்றுக்கான உணர்வுடன் நடந்தால் என் அண்ணன் என்னை அடித்துக்கொல்-
லுவார். அப்பா குடித்துவிட்டு வந்து என்னையும் அடித்து "நீதானே இப்படி ஒரு
பிள்ளையை பெத்தாய்" என்று என் அம்மாவையும் அடித்துவிடுவார்" என்கிறார்.
திருநங்கை கவிதா, திருநங்கைகளின் மாற்றம் என்பது அவர்களை மட்டுமல்ல
அவர்களை சார்ந்தவர்களையும் மிகவும் பாதிக்கிறது என்பது இவர்களின் நிகழ்வு-

களின் மூலம் எடுத்துக்காட்டப்படுகிறது.

திருநங்கைகளாக மாறுபவர்கள் அனைவரும் வீட்டில் சொல்லிவிட்டு தான் செல்கிறார்கள் என்பது இல்லை. சொல்லாமல் சென்று திருநங்கைகளாக மாறி பின் தாய் தந்தையின் மீது கொண்டுள்ள பாசத்தினால் மீண்டும் வருபவர்களும் உள்-ளனர். திருநங்கை கமலா தன் மாற்றம் தம் உணர்வுகளைப் பற்றி கூறும் போது "நான் வீட்டிற்கு தொpயாமல் சென்று நிர்வாணம் (ஆணுறுப்பை வெட்டி எடுத்-துவிடும் நிகழ்வு) செய்துவிட்டு திருநங்கைகளுடன் நான்கு ஆண்டுகள் சேர்ந்து இருந்தபோதும் என் குடும்பத்தின் நினைவு அதிகம் வரும். அப்போது என் தோழி-யிடம் அவள் ஊருக்குப் போகும் போது எங்க குடும்பத்தைப் பற்றி விசாரிச்-சுட்டு வரச் சொன்னேன். அவள் அவங்க அண்ணாகிட்ட சொல்லி ஊரில் விசா-ரிக்கச் சொன்ன போது அவரும் எங்க ஊரில் விசாரிச்சு இருக்கார். அப்போது எங்க குடும்பத்தார் அவரை பிடிச்சு வைச்சு என்னைப் பற்றி விசாரிச்ச போது நான் சென்னையில் இருக்கிற விசயத்தை அவங்க சொல்லிட்டாங்க. உடனே எங்க அப்பா, சித்தப்பா என்னைத் தேடிக்கிட்டு நான் இருக்கிற இடத்திற்கு வந்துட்-டாங்க. எங்கப்பா என்னைப் பார்த்தவுடன் அழுதுட்டாரு. நீ எப்படி இருந்தாலும் பரவாயில்லை. வா நம்ம ஊருக்குப் போகலாம் என்று அழுதுகிட்டே கூப்பிட்டாரு. நானும் பொம்பளைத் துணியோடவே ஊருக்குக் கிளம்பிட்டேன். போறப்போ நல்-லாப் பேசினாங்க. ஆனால் ஊருக்குப் பக்கத்தில உள்ள எங்க சித்தப்பா வீட்-டில் கூட்டிக்கிட்டுப் போய் அங்க என்னை அடி அடி என்று அடித்து நீ இப்படி சேலையைக் கட்டிக்கிட்டு எங்களை இவ்வளவு அவமானப்படுத்துகிறாயே? என்று கேட்டு கேட்டு அடித்தாங்க. ஆனால் நான் நிர்வாணம் பண்ணிக்கிட்ட விஷ-யம் அவங்களுக்குத் தொpயாது. அதனால் அவங்க என் சேலை உருவிவிட்டு சட்டை பேண்ட் என்னுடைய முடியையும் வெட்டி விட்டாங்க. பின் என்னை ஊருக்கு கூட்டிக்கிட்டுப் போனாங்க. நானும் மற்றவர்களை பார்க்க வேண்டும் என்ற ஆசைக்காக அவர்களுடன் சென்றேன்.

வீட்டிற்கு சென்றதும் அம்மா, தங்கை,அண்ணா எல்லோரும் என்னை கட்-டிப்பிடிச்சு அழுதாங்க. பக்கத்தில் உள்ளவர்கள் எல்லாம் எப்படி இவன் பொம்ப-ளையா மாறினான்? என்று பேசினாங்க. ஏன்னா நான் பொம்பள மாதிரி சேலை கட்டிக்கிட்டு இருந்தேன்னு தான் எங்க வீட்டிற்குத் தொpயும். நான் பொம்பளை-யாவே மாறிட்டேன்னு அவங்களுக்குத் தெரியாது. அவங்க கற்பனை பண்ணிக்கூ-டப்பார்க்கலை. பார்க்க முடியாது. அந்த அளவுக்கு அதைப்பற்றிய அறிவு அவர்-களுக்கு இல்லை. 'ஆண் உறுப்பை அறுத்துட்டா, செத்துப்போயிடுவாங்கன்னு அவங்க நெனைப்பாங்க. எங்கப்பா குடிச்சிட்டு வந்துட்டாரு என்றால் 'இவன் எந்த வேலைக்கு வேண்டும் என்றாலும் போயிருக்கலாம் ஆனா போயும் போயும் பொடவ கட்டிக்கிட்டுத் திரிஞ்சிருக்கிறானே' என்று சொல்லி சொல்லி அடிப்பாரு.

நானும் குடும்பத்தோடு இருக்கிறோம் என்று எல்லாத்தையும் தாங்கிட்டு இருந்-
தேன். ஆனால் நாளாக நாளாக எனக்குள் ஒரு பயம். நான் நிர்வாணம் செய்-
துகிட்டது தெரிஞ்சிடுமோ என்றும் மேலும் என்னோட தங்கச்சிக்கு ரொம்ப நாளா
மாப்பள பார்த்துக்கிட்டே இருந்தோம். அமையவே இல்லை. நான் வீட்டுக்குள்ளே
கால்வச்ச நேரமோ என்னவோ, அதனால் தான் நம்ம தங்கச்சிக்கு கல்யாணம்
தடைபடுதுன்னு நெனச்சிக்கிட்டு யார்கிட்டேயும் சொல்லாம மும்பாய்க்கு ஓடிட்-
டேன்." என்றார் (திருநங்கை கமலா)

உறவுகள் அவர்களை தன் மகனாக மட்டும் பார்க்க விரும்புகிறார்கள்.
அதனால் தம் மாற்றங்களை அவர்களுக்கு எடுத்துக்கூறும் மனவலிமையும் திரு-
நங்கைகளிடம் இல்லை எனலாம். அதனால் அவர்களின் கடைசி முடிவு வீட்டை
விட்டு வெளியேறுதல் என்பதே தீர்மானமாக கொள்கின்றனர்.

சில திருநங்கைகளின் வீட்டில் அவர்களை ஏற்றுக்கொண்டாலும் அவர்க-
ளினால் மற்றப்பிள்ளைகள் மாதிரி எப்போது வேண்டும் என்றாலும் வீட்டிற்கு
செல்லலாம் என்பது முடியாது. காரணம் வீட்டிற்குப் பக்கத்தில் உள்ளவர்கள்,
உறவினர்கள் எல்லாம் இவர்களை மட்டுமல்ல, இவர்கள் குடும்பத்தையும் கேலி
பண்ணுவதை ஏற்க முடியாமல் இரவு நேரம் அல்லது ஏதாவது வாகனத்தில்
அவர்கள் வீட்டு வாசல் படியில் இறங்கி உடன் வீட்டிற்கு உள்ளே சென்று அவர்-
களை பார்த்து பேசிவிட்டு உடன் திரும்புதல் என்று கேலிகளுக்காக தம்மை பெற்-
றவர்களுடன் கூட இருக்க முடியாத நிலையில் உள்ளனர்.

திருநங்கை வீணா "நான் திருநங்கையாக மாறியதை என் குடும்பத்தினர் முத-
லில் வேதனைப்பட்டாலும் பின் ஏற்றுக்கொண்டனர். ஆனால் நான் அவர்களைப்
பார்க்க போகும் போது முக்காடு போட்டு யாருக்கும் தெரியாமல் சென்று பார்த்த
உடன் வந்துடுவேன். ஏன் என்னால் அவர்களுக்கு கேலி பேச்சுக்கள் ஏற்படணும்
என்று தான்" என்கிறார்.

திருநங்கை வேணி அவர்கள் "நான் திருநங்கையாக மாறியது என்னைப்
பெத்தவங்களுக்கு பெரிa அதிர்ச்சி என்றாலும் நான் ஒரே பையன். இரண்டு
பெண் பிள்ளைகள் அதனால் அவர்கள் மனம் மிகுந்த வேதனைப்பட்டாலும்
கடைசி வரைக்கும் என்னைப் பார்க்கணும் என்று ஆசைப்பட்டாங்க. அதனால்
நான் அவங்களை அடிக்கொருதரம் வந்து பார்த்துக்குவேன் அப்படி வரும்போது
ஆட்டோ அல்லது காரில் வருவேன் வீட்டு முன்னாடி நிறுத்தச் சொல்லி இறங்கிய
உடன் வீட்டிற்குள் சென்று விடுவேன்" என்கிறார்.

திருநங்கைகளின் பெற்றோர்கள் திருநங்கைகளை அவர்களாக வெறுத்து
ஒதுக்குதல் என்பது கூட குறைவுதான் அப்படி வெறுத்தாலும் அதற்கு காரணம்
அவர்கள் மகன்மேல் கொண்டுள்ள அன்பே ஆகும். மேலும் சமூதாயத்தின் மேல்
உள்ள பயம் அடுத்த காரணம் ஆகும்..

சடங்குகள்

திருநங்கைகளின் பழக்கவழக்கங்களில் சடங்கு முறைகளும் ஒன்றாகும். "சடங்கு என்பது மதத்தின் பின்னணியில் இயங்கக்கூடியது. பாமர மக்களுடைய வாழ்வில் பின்னிப் பிணைந்து பிறந்த வினாடி முதல் இறக்கும் வினாடி வரை அவர்களுடைய வாழ்க்கை முழுவதும் ஏதாவது ஒரு சடங்கைச் செய்து திருப்தி அடைகிறார்கள். கடவுளிடம் உள்ள அச்சமும் முன்னோர் வழக்கத்தை மீறாமல் நடந்து கொண்டால்தான் வாழ்க்கை வசதியானதாய், கவலையில்லாததாய் அமை-யும் என்ற நம்பிக்கையும் சேர்ந்து இந்தச் சடங்குகளை விடாமல் செய்ய மக்களைத் தூண்டுகின்றன". (க.இந்திரசித்து, நாட்டுப்புற நாகரிpகமும், பண்பாடும் ப.199) என சோமலெ விளக்கம் தருவதாக க.இந்திரசித்து குறிப்பிடுகிறார். திருநங்கைக-ளின் சடங்குமுறைகளும் சமயத்தோடு தொடர்புடையனவாகவே உள்ளன.

திருநங்கைகளின் சடங்கு முறைகளைப்பற்றி திருச்சியைச் சேர்ந்த திருநங்கை ஆவுடையம்மாள் கிணத்துக்கடவைச் சேர்ந்த திருநங்கை நூறம்மா ஆகியோர் ஆய்வாளர் அவர்களிடம் கூறிய நிகழ்வுகளை இங்கு பதிவு செய்யப்பட்டுள்ளது.

தத்துசடங்கு

தத்து சடங்குதான் திருநங்கைகளின் வாழ்வின் புதிய உறவுக்கான அடித்தளம். "இந்த தத்து சடங்கின் போது தத்து போகும் மகள் திருநங்கை தனக்கு தாயாகப் போகும் திருநங்கை எந்த மதம், எந்த இனம், எந்த மொழி என்று பார்ப்பதில்லை. அதுபோல் தாய் திருநங்கையும் தன் மகள் திருநங்கை மதம். இனம்,மொழி குறித்-துக் கவலைப்படுவதில்லை.

திருநங்கையை மற்றொரு திருநங்கை தத்தெடுக்கும் போது சுற்றுப்பகுதியி-லுள்ள எல்லா திருநங்கைக்கும் அவர் இன்னாரது மகள் என்று தெரிய வேண்டும் என்பதற்காக அத்தனை குழுக்களையும் அங்கே அழைத்து விடுகிறார்கள்.

ஜமாத் கூடியது. ஜமாத் என்பது கூட்;டம் எனப் பொருள்படும். அந்த ஜமாத் கூட்டத்தில் முக்கிய மூத்த திருநங்கைகள் அமருவர். ஜமாத் கூடும்போது அனைத்து திருநங்கைகளும் தங்கள் புடவை முந்தானையை இழுத்து தலையில் முக்காடு போட்டுக்கொள்வார்கள். மகளாக வரும் திருநங்கையின் ஊர், பெயர்-களை விசாரிப்பார்கள். பின்பு நீ இதற்கு முன்பு எங்களைப் போன்ற கூட்டத்தில் யாருக்காவது மகளாகி இருக்கிறாயா? என்றும் யார் வீட்டிலாவது தண்ணீர் அருந்-தியிருக்கிறாயா? இல்லை யார் தந்த புடவையாவது கட்டியிருக்கிறாயா? என்று கேட்பார்;களாம். ஏனெனில் தண்ணீரை வாங்கிப் பருகுவதும், புடவையை சீராக பெற்று உடுத்துவதும் தத்தெடுக்கும் ரீந் சடங்கில் முக்கியமானது ஆகும். இக்கேள்-விகள் கேட்டு முடிந்த பின்பு உனக்கு யாருக்கு மகளாகப் போக சம்மதம் என்று கேட்பார்கள்.

புதிய திருநங்கை யாரேனும் பெயரைக் கூறுவர். அவ்வாறு பெயர் கூறப்பட்ட திருநங்கையை நிற்க வைத்து உனக்கு இவளை மகளாக எடுக்க சம்மதமா? எனக் கேட்பார்கள். இருவரின் சம்மதத்தைக் கேட்டப்பின்பு அந்த தாம்பளத்தில் உள்ள ஐந்தே கால் ரூபாயை இடது கையால் எடுத்து தலைக்கு மேல் கையைத் தூக்கி இன்னாருடைய மகள் இவள், இவருடைய தாய் இவள். இந்த புது திருநங்கையை மகளாக தத்து எடுக்கிறாள். எல்லோருக்கும் சம்மதமா? எனக் கேட்பார்கள். எல்-லோரும் சம்மதம் என்று சொன்ன உடன் அந்தக் காசை அதே தாம்பளத்தில் போட்டு அனைவரும் கைகளைத் தட்டி தீன் தீன்தீன் என்று மூன்று முறை கத்-துவர்.

இந்தத் தீன் கூறியவுடன் புதிய திருநங்கையை அனைவருக்கும் வணக்கம் கூறச் சொல்வர் பின்பு

ஆகாசவாணி அறிய

பூமாதேவி அறிய

பெரியவங்க சின்னவங்க அறிய

நான்

என்ற பெயருடைய திருநங்கைக்கு மகளாகப் போக சம்மதம்.

நல்லதற்கும் கெட்டதற்கும்

துக்கத்திற்கும், கஷ்டத்திற்கும் கூடவே இருப்பேன். இது சத்தியம், சத்தியம் சத்தியம் என்று மூத்த திருநங்கை இசையோடு ராகத்தில் பாட, தத்து எடுத்த மகள் திருநங்கை அதையே திரும்ப சொல்லி சத்தியம் செய்ய வேண்டும். அதன்பி-றகு மகள் திருநங்கைக்கு தண்ணீரும், புதுப்புடவையும் வழங்குவார்கள். பின் புதிய மகள் திருநங்கைக்கு திருநங்கைகளின் நடத்தை, பழக்கவழக்கங்கள், சடங்கு சம்-பிரதாயங்களைப் பற்றி மூத்த திருநங்கைகள் விளக்கிக் கூறுவார்கள். சில நேரங்க-ளில் அதே [மாத்தில் அவரை மருமகள் என்று வேறு ஒருவருக்கும் தத்து தருவர்.

இச்சடங்கு நடந்து கொண்டிருக்கும் போது, அவசரமாக வெளியே செல்ல நேர்ந்தால் சில திருநங்கைகள் 'சட்டாய்க்கு பாம்படத்தி' என்று கூறி உட்கார்ந்த அந்தப்பாயினை தொட்டு வணங்கி மூத்த திருநங்கையிடம் அனுமதி பெற்று வெளியேறுவார்கள்.

சடங்குக்கு வந்த அனைத்து திருநங்கைகளுக்கும் தண்ணீர், டீ, மாலை உணவும் அளிக்கப்படுகிறது. பிற திருநங்கைகள் தத்து எடுத்த புதிய திருநங்கைக்கு பரிசுகள் கொடுப்பார்கள். அவர்கள் அருகில் இருக்கும் போதே பரிசுகளை பிரித்-துப் பார்க்க கூறுவார்கள். அதில் பெண் உடைகள், நகைகள், மாலைகள் இருக்-கும்.

இந்த தத்து சடங்கின் போது கேவலமாக மோசமான வார்த்தைகளை உபயோ-கிப்பது, மூத்த திருநங்கைகளைக் குறித்து கைகளைத் தட்டுவது போன்றன குற்றங்-

களாகக் கருதப்படும். அதற்கான தண்டனைகள் வழங்கப்படுகிறது. தண்டனைகள் பணம் அல்லது சமூகத்தை விட்டு ஒதுக்கி வைத்தல் போன்றவைகளாகஉள்-ளது. தத்து சடங்கின் போது பொதுவாக உள்ள பிரச்சனைகளையும் பேசித்தீர்த்துக் கொள்கிறோம்" என்று தத்து எடுக்கும் சடங்கினைப் பற்றி திருநங்கை நூறம்மா பதிவு செய்துள்ளார்.

பெண் உணர்வு மேம்பட்டு வரும் அனைவரையும் திருநங்கைகள் எளிதாக ஏற்றுக்கொள்வதில்லை. அவர்களை முடிந்த வரை விரட்டி விடுவர். காரணம் இச்சமூகத்தில் திருநங்கைகளின் நிலை, அவர்களின் மதிப்பு, அவர்கள் ஆட்படும் துன்பம், இவை இன்னொருவருக்கு வரக்கூடாது என்று நினைக்கின்றனர். ஆனால் மன உறுதியுடன் திருநங்கையாக மாறவேண்டும் என்ற முடிவுடன் வருபவர்களை மட்டுமே தத்து எடுத்து இச்சடங்குகளைச் செய்கின்றனர்.

நிர்வாணம்செய்தல்

திருநங்கைகள் மனதளவில் பெண்ணாகவும் உடலளவில் ஆணாகவும் இருப்-பார்கள். அவர்கள் முழுமையாக பெண்ணுருவம் பெறுவதற்குத் தடையாக இருப்-பது ஆணுறுப்பாகும். ஆகவே அவ்வுறுப்பை திருநங்கைகள் வெட்டி விடுகின்றனர். இதற்கு நிர்வாணம் செய்தல் என்றும் ஆணாக இருந்து பெண்ணாக மாறுவதால் இதனால் பால் மாற்றச் சடங்கு என்று கூறுகிறார் திருநங்கை ஆவுடையம்மாள் .

நிர்வாணம் செய்தல் செய்து கொள்ளும் திருநங்கையிடம் தாயம்மா முறைப்-படியா அல்லது மருத்துவரிடம் சென்று வலி இல்லாத ஆபரேசனா என்று கேட்பார்-கள். அவர்கள் கூறும் முறையில் இச்சடங்கு நடைபெறும். இச்சடங்கிற்கு ஆகும் செலவை தாய் திருநங்கை ஏற்றுக் கொள்கிறார்.

அறுவை சிகிச்சை செய்வதற்கு முன்பு அவர்களின் தெய்வம் போத்திராஜ் மாதாவிடம் உத்தரவு கேட்கின்றனர். உத்தரவு கேட்பதற்கு முன்பு வீட்டில் இருந்த போத்திராஜ் மாதா படத்துக்கு மூன்று செவ்வாய்க்கிழமை பூசை செய்ய வேண்-டும்.

மூன்றாவது வார பூசை முக்கியமானதாக இருந்தது. பூசையில் தாய், சகோத-ரிகள் மற்றும் உறவுமுறையில் உள்ள திருநங்கைகள் அனைவரும் கலந்து கொள்-வார்கள். பு+. தேங்காய், பழம், வெற்றிலை, பாக்கு, போன்றவைகளால் படையல் போடுவார்கள். வெற்றிலையில் ஒன்றே கால் ரூபாய் வைக்கப்படும். ஒரு வெள்-ளைத்துணியில் மஞ்சள் தடவி அதையும் பூசையில் வைக்கிறார்கள்.

மூத்த திருநங்கை ஒருவர் பூசாரியாகி பூசையைத் தொடங்குவார். கற்பூரம் ஏற்றி மாத்தாவை வணங்கி எலுமிச்சை பழத்தை அறுவை சிகிச்சை செய்து கொள்பவரின் தலை முதல் கால்வரை வலது, இடதுமாக சுற்றுவார்கள். வீட்டின் வெளிப்பகுதியையும் சுற்றி விட்டு எலுமிச்சை பழத்தை உடைக்கின்றனர். பின் அத்திருநங்கையை சாமி படத்தின் முன்பு அமர வைத்து பூசையில் இருந்த தேங்-

காயை எடுத்து கையில் வைத்துக் கொண்டு சாமியை நன்றாக வேண்டிக் கொண்டு பின் அவர்களின் தலைமீது வைத்துவிட்டு அதை மீண்டும் சாமி முன்பு வைப்பார்கள். உடைக்கப்படும் அந்தத் தேங்காயின் இரண்டு பகுதியும் சமமாக உடைபட்டு மல்லாந்து விழுந்தால்; மாத்தா உத்தரவு கொடுத்திட்டா என்று அத்திருநங்கைக்கு அறுவை சிகிச்சை செய்வார்கள்.

தேங்காய் கோணலாக உடைபட்டாலோ, உடைபட்ட தேங்காய் கவிழ்ந்து விழுந்து விட்டாலோ, அழுகியிருந்தாலோ உடனே பூசையை நிறுத்தி விடுவார்கள். மாத்தா உத்தரவு தரவில்லை என்று கூறி அந்த திருநங்கை தாயம்மா ஆபரேசனுக்கு அனுப்ப மாட்டார்கள். அடுத்த மூன்று மாதங்கள் கழித்து மீண்டும் பூசை செய்வார்கள். எப்போது தேங்காய் உடைபடுமோ அதுவரை மூன்று மாதங்களுக்கு ஒரு முறை உத்தரவு கேட்கும் பூசை நடந்து கொண்டே இருக்கும்.

உத்தரவு கிடைத்துவிட்டால் பூசையில் இருந்த மஞ்சள் கலந்த துணியில் சாமி முன்னால் வெற்றிலையில் உள்ள ஒன்றேகால் ரூபாயை வைத்து முடிச்சு போட்டு அறுவை சிகிச்சை செய்து கொள்ள இருக்கும் திருநங்கை கையில் கட்டிவிடும் இதுதான் உனக்கு பாதுகாப்பு தரும் கவசம். இந்தக்காப்பு கடவுளால் தரப்பட்டது. உனக்கு ஆபரேசனில் எந்த ஆபத்தும் இல்லாமல் காக்கும் என்ற நம்பிக்கை கொண்டுள்ளனர். ஆபரேசன் முடிந்த நாற்பதாவது நாள் பாலாற்றும் சடங்கின் போது அதைக்கழற்றி கடலில் விடுவார்கள்.

அறுவை சிகிச்சை இரவு நேரங்களில் நடைபெறுகின்றது. சிகிச்சைக்கு முன் இரண்டுநாள் ஓய்வு. அந்த ஓய்வின் போது அறுவை சிகிச்சை செய்து கொண்ட திருநங்கைகள் அறுவை சிகிச்சை செய்யப்போகும் திருநங்கைக்கு தைரியம் சொல்லி அவர்களின் அனுபவங்களை பகிர்ந்து கொள்வார்கள்.

மூன்றாவது நாள் நள்ளிரவில் அறுவை சிகிச்சை செய்யப்போகும் திருநங்கையை மாத்தாவின் படத்தின் முன்பு நிறுத்தச் செய்வார்கள். படத்தின் கீழ் பெரிய வாழை இலை விரிக்கப்பட்டு அதில் பழ வகைகள், பூ, வெற்றிலை, தேங்காய் போன்றவை எல்லாம் படைக்கப்படும். மாத்தாவின் படத்தின் முன்பு கிழக்கு திசை நோக்கி தீபம் ஏற்றி சாம்பிராணி புகை போடப்படும்.

அறையின் மூலையில் சிறிய குழி ஒன்று வெட்டப்படும். பூசை படையலில் பளபளப்பான சவரக்கத்தி வைக்கப்பட்டிருக்கும், பின் அத்திருநங்கையை ஆடைகளின்றி நிற்க வைப்பர். அத்திருநங்கையின் ஆணுறுப்பை கறுப்புக்கயிற்றால் ஒரு திருநங்கை இறுக்கமாக கட்டுவார். பின் அவளை அங்கும் இங்கும் நடக்க வைப்பார்கள். முதல் அடி எடுத்து வைத்ததும் பூசை தொடங்கப்படுகிறது. ஒரு எலுமிச்சை பழத்தை எடுத்து வந்து தலையின் நடுப்பகுதியில் வைத்து வேகமாக உடைக்கப்படும். பின் மாத்தாவை கும்பிட்டபடியே நிற்பர். சற்று நேரத்தில் ஒரு திருநங்கை எழுந்து அறுவை சிகிச்சை செய்யப்போகும் திருநங்கையை குழிக்கு

நேராக கொண்டுவந்து நிறுத்துவார்கள். அவரின் வாயில் சிறிய துணித்துண்டை வைத்துத் திணிப்பார்கள். ஆபரேசன் நடக்கும் போது வலியில் துடித்து கத்தாமல் இருக்கவும், பற்களைக் கடித்து காயமாகாமல் இருக்கவும் அப்படிச் செய்கிறார்கள். கைகளைப் பின்புறமாகக் கட்டுவார்கள். இருதிருநங்கைகள் இருபக்கம் அழுத்திப்பிடித்துக் கொள்வார்கள்.

பூசையின் உச்சநேரத்தில் சவரக்கத்தியால் கண் இமைக்கும் நேரத்தில் ஆணுறுப்புப் பகுதியை மொத்தமாக சேர்த்து அறுத்துக் குழியில் போட பின் குழி மூடப்படுகிறது. இரத்தம் நிற்கும்வரை அத்திருநங்கையை நிற்க வைத்து பின்பு கட்டிலில் படுக்க வைத்து ரத்தம் சொட்டும் இடத்தில் மண் கலசம் வைக்கப்படும். அறுவை சிகிச்சை செய்த திருநங்கையை தூங்கவிடுவதில்லை. அப்படித்தூங்கினால் அவர்கள் இறந்து போவார்கள் என்று நம்புகின்றார். இந்த முரட்டுத்தனமான ஆபரேசனில் ஏற்படும் இரத்த இழப்பு மற்றும் பயத்தால் யாராவது இறந்து போனால் காளி அவர்களின் உயிரை எடுத்துக்கொண்டாள் என்று கூறி அங்கேயே ஒரு குழி தோண்டி அவரை புதைத்து விடுவார்கள்.

வெட்டப்பட்ட இடத்தில் முதலில் சுடுதண்ணீர் ஊற்றப்படும். பின் சூடான எண்ணெய் ஊற்றப்படும். பின் கறுப்பு டயும், ரொட்டியும் உணவாகக் கொடுக்கப்படுகிறது. பின் காயம்பட்ட இடத்தில் சுட்ட வெற்றிலையை வைத்து கட்டுப்போடுகின்றனர். இவ்வாறு நாற்பது நாளுக்குச் சிகிச்சை தரப்படும். இவ்வாறு செய்யப்படும் சடங்கு முறைக்கு நிர்வாணம் செய்தல் எனப்படும்

திருநங்கை ஒருவருக்கு இந்த ஆபரேசன் செய்யப்பட்டால் அந்தப்பகுதியில் உள்ள அனைத்து திருநங்கைகளுக்கும் இவ்விசயம் தெரியப்படுத்தப்படுகிறது. ஆபரேசன் செய்யப்பட்ட திருநங்கையை பார்க்க வரும் திருநங்கைகள் கோதுமை, சர்க்கரை, ,சுக்கு, டித்தூள், ரொட்டி போன்றவைகளை கொடுப்பார்கள்.

ஆபரேசன் செய்தவர்கள் நாற்பது நாளைக்கு எந்த ஆணையும் பார்க்கக்கூடாது.

பால்ஊற்றுசடங்கு

அறுவை சிகிச்சை செய்த திருநங்கையை மூலையில் பாயை விரித்து உட்கார வைக்கப்படுவார்கள். அவர்களுக்கு பிடித்த உணவுகள், இறைச்சி உணவுகள், கொடுப்பார்கள். திருநங்கைகள் பெரும்பாலும் கோழி சாப்பிடுவதில்லை. தெரிந்தோ, தெரியாமலோ அவர்கள் பெட்டைக்கோழியை உணவாக சாப்பிட்டுவிட்டாலும் சேவலை உண்ணுவது இல்லை. ஏனெனில் சேவல் மாத்தாவின் வாகனமாக இருப்பதால் அதை சாப்பிட்டால் தங்களுக்கு தீங்கு நேர்ந்துவிடும் என்று பயப்படுகிறார்கள்.

11 -ம் நாள் தண்ணீர் ஊற்றும் சடங்கு ஆரம்பமாகின்றது. அந்நிகழ்வில் மஞ்சள், சீகக்காய், நல்லெண்ணெய், குங்குமம், சர்க்கரை போன்றவற்றை வைத்திருப்-

பர். சிறிய காமாட்சி அம்மன் விளக்கை ஏற்றி வைப்பர். ஒரு தட்டில் பூ, பழவ-கைகள், ஸ்வீட், வெற்றிலை வைப்பர்.

திருநங்கையை முக்காடிட்டு அழைத்து வந்து மேற்கண்ட பொருட்களை ஒரு முறை வலம் வரச் செய்து அங்கு போடப்பட்டுள்ள முக்காலியில் அவரை அமரச் செய்து முக்காட்டை நீக்குவர். மூத்த திருநங்கை ஒருவர் முதலில் அவர் தலையில் எண்ணெய் வைப்பர். சீக்காய் தலையில் தடவுவர். மஞ்சளை எடுத்து முகம், கை கால்களில் தடவுவர். பின்பு நெற்றியில் குங்குமமிட்டு, சர்க்கரையை தொட்டு சிறிது வாயில் வைப்பர். ஏற்கனவே மஞ்சள், சுண்ணாம்பு, கரைசலில் சிறிய க ரித்துண்டு வைத்த ஆரத்தியை எடுத்து பின்பு சில்லரை காசு அல்லது ரூபாய் நோட்டை இடக்கையில் மூன்று முறை சுற்றி அவர்களின் முன்பு தரையில் போடுவர். நலங்கு நடத்துகின்ற திருநங்கை அவருக்கு பூ, வெற்றிலை, பாக்கு, ஸ்வீட் கொடுத்து உபச ரிப்பர். இவ்வாறு மூத்த திருநங்கையிலிருந்து கீழ் உள்ள திருநங்கைகள் வரை இதே போன்று நலங்கு செய்வர். பின்பு திருநங்கையை நன்கு சுடுதண்ணீர் ஊற்றி குளிக்கச்செய்வர்.

அவருக்கு சாம்பிராணி புகைகாட்டி கருப்பு டி அளிப்பர். மதிய உணவாக தலைக்கறி குழம்பு செய்வர். இவ்வாறு இந்தச் சடங்கு முடிவடைகின்றது. இதே போன்றே 21, 31 ம் நாட்களில் அறுவை சிகிச்சை ஆன திருநங்கையின் சகோ-தரிகள், தோழிகள் செய்வர்.

திருநங்கைகளை முழுமையாக பெண்ணாக அங்கீகரிக்கப்;பதற்கான "பால் ஊற்றும் சடங்கு" நடத்துகிறார்கள். 40 வது நாள் நடத்தப்படுகிறது. அதற்கு ஒரு சில நாள்களுக்கு முன்பே தாய் திருநங்கை ஒவ்வொரு திருநங்கை வீட்டுக்கும் சென்று என் பெண்ணுக்கு பால் ஊற்றப்போறேன். எல்லோரும் வந்திடுங்க என்று அழைப்பர்.

கிராமங்களில் பெண்கள் வயதுக்கு வந்ததை பூப்புனித நீராட்டு விழாவாக கொண்டாடுகிறார்கள். அதுபோல் ஒரு திருநங்கை அறுவை சிகிச்சை செய்து பெண்ணாகி விட்டதை அவருக்கும் அவரைச் சார்ந்த சமூகத்திற்கும் உணர்த்த பாலூற்றும் சடங்கு நடத்துகிறார்கள. பாலூற்றும் சடங்கு இரவு 9.00 மணிக்கு மேல் தொடங்குகிறது. சகோத ரிகளை திருநங்கைகள் அறுவை சிகிச்சை செய்த அறைக்குள் அழைத்துச் செல்வார்கள். அவளது பாவாடையை மார்பு வரை தூக்-கிக் கட்டச் செய்கின்றனர். பின்பு அவள் துணியில் முக்காடு போட்டு அழைத்து வந்து, திருநங்கைகள் மத்தியில் போடப்பட்டிருந்த முக்காலியில் உட்கார வைத்து ஏற்கனவே செய்த நலுங்கு போல செய்து ஆரத்தி எடுத்து தனி அறைக்கு அனுப்-புகின்றனர்.

மாத்தா படம் நன்றாக அலங்காரம் செய்யப்பட்டு அதன் முன்னால் சிறிய குடம் நிறைய பால் வைக்கப்படும். பால்குடம் மாவிலையில் அலங்காரம் செய்-

யப்பட்டு அதன் மேல் தேங்காயும் வைக்கப்படும். அதிகாலை மூன்று மணிக்கு வெந்நீரில் குளிக்க வைக்கப்படும். பின் மூத்த திருநங்கை 'தாய்வீட்டு சீதனத்தை எடுத்திட்டு வாங்க' என்று சத்தமாகக் கூறுவார். உடனே சகோதரிகள் புடவை, ஜாக்கெட், பாவாடை போன்றவற்றை தாம்பளத்தில் வைத்து எடுத்து வருவர். அவை அனைத்துமே பச்சை நிறத்தில் இருக்கும் அவைகளோடு கருகமணியில் ஐந்து தங்ககுண்டுகள் கோர்த்த மாலையும், பூ,பழம் போன்றவைகளும் வைக்கப்-படும். அவைகளை அத்திருநங்கைகள் போட்டு அலங்காரம் செய்து மாத்தாவை வணங்கச் செய்வர். அப்போது அங்கு கூடிநிற்கும் திருநங்கைகள்

'ஜெய் ஜெய் மாத்தா

சந்தோஷி மாத்தா

ஜெய் ஜெய் மாத்தா

சந்தோஷி மாத்தா

என்று பாசத்தோடு பாடுவார்கள்.

பின் பால்குடத்தை தூக்கி அத்திருநங்கையின் தலை மீது வைப்பர். பின்பு அவளை வலம், இடமாக மூன்று முறை சுற்றி முடித்ததும் இரண்டு திருநங்கைக-ளின் துணையோடு கடலை நோக்கி நடப்பார்கள்.

திருநங்கை பால்குடத்தோடு போகும் போது எதிர்ப்படும் ஒவ்வொரு சந்திப்பு பகுதியிலும் அவளை நிறுத்தி அவளுக்கு சூடம் சுற்றி கொளுத்தி, எழுமிச்சை பழத்தால் தலையைச் சுற்றி சந்தியில் உடைத்து மேலும் தேங்காயையும் தலையைச் சுற்றி உடைக்கப்படுகிறது. இச்சடங்கு அத்திருநங்கை மேல் படும் திருஷ்டி நீக்குவ-தற்கு ஆகும்.

பால் ஊற்று சடங்கில் கலந்து கொள்பவர்கள். பேசாமலே இந்த சடங்கை நடத்த வேண்டும். பேசினால் சக்தி குறைந்து போய்விடும் என்ற நம்பிக்கையும் அவர்களுக்கு உண்டு. வேகமாக நடந்து, விடிவதற்கு முன் கடற்கரையை அடைந்து பின் துணைக்குச் சென்ற திருநங்கைகள் கடல்தாயை சூடம் ஏற்றி வழி-படுவர். பின் அத்திருநங்கைகையை கடலுக்குள் அழைத்துச் சென்று பால்குடத்தை வாங்கி மூன்று முறை அவள்மேல் ஊற்றுவார்களா. பின்பு குடம் நிறைய கடல்நீரை எடுத்து வருகின்றனர். அப்போதும் அவள் முக்காடு நீக்கப்படவில்லை. அப்படியே நின்று கொண்டு அறுவை சிகிச்சை செய்யப்பட்ட தன் உறுப்புப்பகுதியை கடலை நோக்கிக் காண்பித்து திரும்புவார்கள். இப்படி காண்பிப்பதற்கு 'சாப்லா போடுதல்' என்று பெயர். வீட்டுக்கு திரும்பி வரும் வழியில் கருப்பு நாய், பச்சை மரம் போன்றவை தென்பட்டாலும் சாப்லா போடுவது உண்டு. பின்பு வீட்டிற்கு அழைத்து வருவர். வீட்டு வாசலில் எழுமிச்சை, தேங்காய் உடைத்து திருஷ்டி கழிப்பர்.

மாதா படத்திற்கு பூசை செய்தபின்பு யார் முகத்தை இவர் பார்க்க விரும்பு-கிறாரோ அவரை அழைத்து வந்து முக்காட்டை நீக்கி அவரை பார்க்கச் செய்-

வர். இதே போன்று 3 நபர்களை செய்த பின்பு நான்காவதாக மாத்தா படத்தின் முன் நிறுத்தி முக்காட்டை முழுமையாக நீக்குவர். மாத்தாவையும் பெரியவர்களையும் வணங்கச் செய்வர். பின்பு குருவீட்டு சீதனமாக ஒரு புடவையை சபையில் தன் மகளுக்கு அளிப்பர். சடங்குக்குரிய திருநங்கைக்கு பரிசுகளும் அன்பளிப்பும் வழங்கப்படுகிறது.

அறுவை சிகிச்சை செய்து கொண்ட பின் திருநங்கைகளின் வாழ்க்கையில் மிக முக்கிய நிகழ்ச்சி முதல் வருட பூசை ஆகும். முதல் வருட வருஷப் பூசை என்பது ஒரு திருநங்கை எந்த தினத்தில் அறுவை சிகிச்சை செய்த நேரமோ அதே தினத்தை நினைவில் கொள்ள வேண்டி மறுவருடம் அதே தேதியில் திருநங்கை சமூகத்தினரை அழைத்து மாத்தாவிற்கு மிகப்பெரிய பூசை செய்வது ஆகும்.

தனக்கு எவ்வித உடம்புப் பிரச்சனையும் இல்லாமல் செய்ததற்கும், எதிர்காலத்தில் நல்ல வாழ்வு வேண்டியும் இந்த பூசை செய்வதாக கூறுகின்றனர். ஒரு சிலர் ஆண்டு தோறும் செய்வர். ஒரு சிலர் மூன்று வருடம் வரை இதே போன்று பூசை செய்வர்.

பால் மாற்றுச் சடங்கையே பூப்பெய்திய சடங்காக திருநங்கைகள் கூறுகின்றனர். "இந்நிகழ்வில் அம்மாவாக உள்ள திருநங்கை பூப்பெய்திய திருநங்கையின் தலையில் பால ஊற்ற அதனைத் தொடர்ந்து பிற திருநங்கைகள் பாலை ஊற்றுகின்றனர். சமூகத்தில் உள்ள மக்கள் பூப்பெய்திய பெண்ணிற்குத் தண்ணீரை ஊற்றுவது போல இங்குப் பாலை ஊற்றுகின்றனர். இந்த நிகழ்வு முடிந்தவுடன் பால்குடம் ஒன்றில் தழும்பத் தழும்பப் பாலை ஊற்றி பூப்பெய்த திருநங்கையின் தலையில் வைத்துக் கொண்டு சில பாட்டுக்களைப் பாடிச் சடங்குகளைச் செய்கின்றனர். இந்தச் சடங்கின் நிகழ்வின் மூலம் இத்திருநங்கை பெண்ணாக தோற்றம் கொள்வார் என்ற நம்பிக்கை உள்ளது என்கிறார் திருநங்கை ஆவுடையம்மாள். இப்படித்தங்களை பெண்பாலாக மாற்றிக் கொள்வதற்கான பல்வேறு நடவடிக்கைகளில் ஈடுபட்டாலும் ஆணிற்கான இயல்புகளாக கட்டுமஸ்தான உடல்,கரகரக்கும் குரல், குட்டை முடி உள்ளவர்களாக இருக்கிறார்கள். ஆனாலும் சிலர் பெண்களைப்போலவே தோற்றம் கொண்டவர்களாக இருக்கிறார்கள். ஆணிற்கான இரண்டாம் நிலை பண்புகளான உரோமவளர்ச்சி. உறுப்பு விரைத்தல் போன்றவை தோன்றுவதற்குள் அறுவை சிகிச்சை செய்து கொண்டவர்கள் பெண்கள் போலவே தோற்றமளிக்கிறார்கள். திருநங்கைகளில் தத்து சடங்கு முதல் பால் மாற்றல் சடங்கு வரை நடக்கும் நிகழ்வுகள் ஒரு பெண் பிறப்பு எடுத்து பூப்பெய்தி நிற்கும் தன்மையை இவர்களில் இச்சடங்குகள் எடுத்துக்காட்டுகின்றன.

தாயம்மா முறையைப் பற்றி திருநங்கை ஆவுடையம்மாள் கூறியவுடன் அவரிடம் இப்படியொரு துன்பத்தை தரும் தாயம்மா அறுவை சிகிச்சை அவசியமா? என்ற வினாவைத் தொடுத்த போது அவர் கூறியது "எங்களுடைய மனநிலை

அப்போது பெண்ணாக எங்களின் அனைத்து நிலையிலும் மாற்றம் வந்த பின்பு எங்களை அந்த உறுப்பு தான் வதைச்சிட்டு இருந்துச்சு அதை நீக்க வேண்டும் என்பது மட்டும் தான் எங்க நினைப்பு அதனால் அதில் வரும் வலி, உயிர்-போய்விடும் என்றால் கூட அதைப்பற்றி அப்போது கவலைப்படவில்லை இப்போது யாராவது கேட்டால் அந்த முறையில் செய்யாதீர்கள் என்று தடுத்துவிடுவேன் இப்-போது தாயம்மா முறைக்கு சிலர் மட்டுமே செல்கின்றனர். பலர் ஆந்திரா பக்கம் சென்று வலியில்லாமல் ஆபரேசன் செஞ்சுக்கிறாங்க" என்றார்.

தற்போது தமிழக அரசால் இவ்வகை ஆபரேசனுக்கு அனுமதி வழங்கப்பட்டுள்-எது. ஒவ்வொரு மாவட்ட அரசு பொது மருத்துவமனையிலும் ஆபரேசன். நடத்-தப்படுகிறது என்றாலும் அதைப்பற்றிய விழிப்புணர்வு திருநங்கைகளிடம் குறைவா-கவே காணப்படுகிறது என்பது அறியப்படுகிறது.

திருமணச்சடங்கு

திருநங்கைகளை பெரும்பாலும் யாரும் திருமணம் செய்து கொள்ள முன்வரு-வது கிடையாது. சில ஆண்கள் திருநங்கைகளைத் திருமணம் செய்து கொள்கின்-றனர். இந்த நிகழ்வு அங்கொன்றும் இங்கொன்றுமாய் உள்ளன.

திருநங்கைகள் தங்கள் திருமணத்தை யாருக்கும் தெரியாமல் செய்து கொள்-கின்றனர் அல்லது ஒரு சிலத் திருநங்கைகளை முன் வைத்து திருமணம் செய்து கொள்கின்றனர் என்கிறார் திருநங்கை அம்பிகா. இத்திருமணங்கள் முழுமையான வெற்றி அடைவது இல்லை. இதற்குக் காரணம் பல ஆண்கள் இவர்களை போக பொருளாக கொள்கின்றனர். ஆனால் நம்பி திருமணம் செய்த திருநங்கைகள் அந்த ஆண்களின் மேல் மற்றும் அவர்கள் குடும்பத்தினர் மேல் மிகுந்த பாசம் உடையவர்களாக உள்ளனர்.

தாங்கள் குழந்தை பெற்றுக்கொள்ள முடியாது என்ற காரணத்தால் திருநங்-கைகள் தங்கள் கணவருக்கு வேறு பெண்ணைத் திருமணம் செய்து வைத்துள்-ளனர். இவர்களின் திருமணத்தை இந்திய அரசியமைப்பும், சட்டமும் ஏற்றுக்-கொள்வதில்லை. சமூகமும் ஏற்றுக்கொள்வதில்லை. அதனால்தான் பல ஆண்கள் இவர்களை ஒருபோகப் பொருளாகவும் பணம் சம்பாரித்துக் கொடுக்கும் இயந்-திரமாக பயன்படுத்திக் கொள்கின்றனர். அதனையும் பல திருநங்கைகள் ஏற்றுக் கொள்கின்றனர். திருநங்கைகளை திருமணம் செய்து கொண்டவர்களை சமூகத்-தில் உள்ள மக்கள் தாழ்வாக கருதுகின்ற நிலை மாறும்போது தான் இவர்களின் திருமண வாழ்க்கையில் ஒரு புதிய மாற்றம் ஏற்படும். திருநங்கைகளை ஏமாற்றும் ஆண்களின்மனநிலையும் மாறும் என்பது உணரப்படுகிறது.

தாலிகட்டும் சடங்கு

சமூகத்தில் ஏற்படும் திருமணத்திற்கு பல கட்டுப்பாடுகள், தடைகள் திருநங்-கைகளுக்கு உள்ளது. ஆனால் கூவாகம் கூத்தாண்டவர் கோயிலில் கூடும் பல்லா-

யிரக்கணக்கான திருநங்கைகள் தங்களது மானசீக கணவனாக கூத்தாண்டவரை ஏற்றுக் கொண்டுள்ளனர். இதற்கு எவ்வித தடையும் யாராலும் விதிக்க முடியாது என்பதே உண்மை நிலையாகும்.

திருநங்கைகள் வாழ்வில் மிக முக்கியமானத் திருவிழா கூத்தாண்டவர் திரு-விழாவாகும். கூத்தாண்டவர் திருவிழா மகாபாரதக் கதையினை அடிப்படையாகக் கொண்டுள்ளது. "குருஷேத்திர போரின் போது இந்தப் போரில் வெல்ல வேண்-டுமானால் சாமுத்திரிகா லட்சணம் பொருந்திய சுத்தவீரனைப் பலியிட வேண்டும் என்பதாகும்".

பாண்டவர் பக்கம் இப்படிப்பட்ட சுத்த வீரனாக மூன்று பேர் இருந்தனர். ஒருவர் _கிருஷ்ணர். மற்றொருவர் அர்ஜீனன், மூன்றாம் நபர் அர்ஜீனனுக்கும் நாககன்னிக்கும் பிறந்த மகன் அரவான். அர்ஜீனனும், கிருஷ்ணரும் போருக்கு அவசியம். அதனால் அரவானைப் பலிகொடுக்க முடிவு செய்து அரவானை அணுகினர். அரவானும் பலியாக சம்மதித்தான். ஆனால் ஒரே நிபந்தனை விதித்-தான். அந்த நிபந்தனை யாதெனில் நான் இளம் வயது வாலிபன். எனக்கு திரு-மணம் செய்து வையுங்கள். மறுநாள் என்னை பலி தாருங்கள் என்றான்.

அரவானின் இந்த நிபந்தனை பாண்டவர்களுக்கு அதிர்ச்சியாய் உள்ளது. எந்த ஒரு பெண்ணும் மறுநாள் பலியாகக் போகிறவளை துணிந்து மணக்க முன் வர மாட்டாள். இந்த குழப்பத்தை அறிந்த _கிருஷ்ணர் தானே மோகினி அவதாரம் பூண்டு அரவானை மணக்கிறார். ஒருநாள் தாம்பத்திய உறவிற்கு பின் அரவான் களப்பலி செல்கிறான். மோகினி தன் மணக்கோலம் களைத்து விதவைக் கோலம் பூணுகின்றாள்.

கிருஷ்ணரின் அவதாரமாக தன்னைக் கருதும் திருநங்கைகள் ஒவ்வோர் வரு-டமும் இந்திரனைப் சித்ரா பௌர்ணமியன்று கூத்தாண்டவர் ஆலயத்தில் அங்-குள்ள பூசாரிகளின் கைகளால் தாலிக் கட்டிக் கொள்கின்றனர்.

கிருஷ்ண பகவான் அரவானுக்காக ஒரு நாள் மட்டுமே தாலி அணிந்து அறுத்தார். நாங்களோ அரவானுக்காக தொடர்ந்து தாலி அணிந்து அறுத்து வரு-கிறோம்" என்று பெருமையோடு கூறுகிறார் திருநங்கை நூறம்மா கூத்தாண்டவர் கோவிலில் "தாலி தரித்துக் கொள்வதற்காக திருநங்கைகள் நகை அலங்காரம், முக அலங்காரம், பட்டுப்புடவை அணிந்து கல்யாணப் பெண்கள் போல் வரு-கின்றனர். அவர்களின் கைகளில் தாம்பூலத்தட்டு காணப்படுகிறது. அதில் தேங்-காய், வாழைப்பழம், குங்குமம், மஞ்சள் கயிறு, முல்லைப்பூ ஆகியவை உள்ளன. கோவில் பூசாரியிடம் ஒருவர் பின் ஒருவராக வந்து தாம்பூலத் தட்டை அளிக்கின்-றனர். அந்தத் தட்டைப் பெற்றுக் கொண்ட பூசாரி அதிலுள்ள தேங்காயை எடுத்து கூத்தாண்டவருக்கு உடைக்கிறார். அதன் பிறகு சூடம் ஏற்றி தீபாராதனை காட்-டுகிறார். அதன்பின் திருநங்கைகளுக்காக மாங்கல்யம் எடுத்து அணிவிக்கிறார்."

இவ்வாறு திருநங்கைகளின் திருமணம் நடைபெறுகிறது. (களப்பணி. முனைவர். ச.இராஜலதா, ச.முனியப்பன்).

திருநங்கைகளின் திருமணக்கோலத்தைக் காண்பதற்கு கூவாக கிராமத்திற்கு பல இளைஞர்கள் வருகின்றனர். ஒரு நாள் கணவனாக மட்டும் கூத்தாண்டவரை திருநங்கைகள் கருதவில்லை. உயிருள்ள வரையிலும் அவரையே கணவனாகக் கருதும் போக்கு அவர்களிடத்தில் காணப்படுகிறது.

திருநங்கைகளின் உரையாடலில் 'என் புருஷன் கூத்தாண்டவர் சத்தியமாக சொல்றேண்டி'' என்றும் 'என் புருஷன் எங்கே இருக்கார்' கல்லாய் இருக்கார், கட்டையாக இருக்கார்,கூவாகத்திலே இருக்கார் என்று கூறுவதும் உண்டு என்கிறார் திருநங்கை நூறம்மா . அரவான்சிலைக்கு முன்பாக தாலி தரித்துக் கொள்வது ஏதோ ஒரு பொம்மைக் கல்யாணம் போல கருதாமல், உண்மைக் கல்யாணம் போலவே கருதுவதுதான் திருநங்கைகளின் தனிச்சிறப்பாகும்.

இறப்புச்சடங்கு

மனித வாழ்வில் இறப்பு என்பது ஈடுகட்ட முடியாத இழப்பாக கருதப்படுகிறது. அத்தகைய ஈடுகட்ட முடியாத இழப்பைக் கூட திருநங்கைகள் தங்களுக்குள் மட்டுமே பகிர்ந்து கொள்கின்றனர்.

இறப்புச் சடங்கு என்பது திருநங்கைகளுள் யாராவது இறந்து விட்டால் திருநங்கைகள் அனைவரும் ஒன்று கூடி இறந்தவர் வீட்டிற்குச் செல்வர். அவர்களுள் யாராவது ஒருவர் இறந்தவரின் சார்பாகத் தகவல் அறியாத மற்ற திருநங்கைகளுக்குத் தகவல்களைச் சொல்கிறார்கள். இறந்தவரின் சொந்தக்காரர்கள் வந்தால் மட்டுமே இறந்தவரின் முகத்தை பார்க்கிறார்கள்.

இறந்த திருநங்கை எந்த மதத்தை சார்ந்திருந்தாரோ அந்த மதத்தின் வழியே அடக்கம் செய்கின்றனர். ஒரு சில இடங்களில் சுடுகாடு வரைக்கும் திருநங்கைகள் செல்வதுண்டு. இந்து மதத்தில் இருப்பவர் இறந்தால் சராசரி இந்து மதச் சடங்கின்படி முகத்தில மஞ்சள் பூசி பொட்டு வைத்து படுக்கையில் கிடத்திபின் மாலைகள் அணிவிக்கின்றனர். தலைப்பக்கம் சிறிய விளக்கும் ஏற்றிவைத்து ஊதுபத்தி ஏற்றி வைக்கப்பட்டிருக்கும். பின்னர் சடலத்தை குளிப்பாட்டி மயானத்திற்கு கொண்டு செல்வர்.

இஸ்லாமிய முறைப்படி இறந்தால் பாத்தியா ஓதி எடுத்துச் செல்வர். எந்த முறையில் எடுத்துச் சென்றாலும் இறந்த திருநங்கையின் மருமகள் அல்லது சேலா (சேலா என்றால் மகள்) எத்தனை பேர் உள்ளனரோ அனைவரும் தங்கள் வளைய்யல்களை உடைத்து தாங்கள் அணிந்திருக்கும் அனைத்து ஆபரணங்களையும் நீக்கி வெள்ளைப் புடவை கட்டுவர். இது இந்து மதத்திலுள்ள விதவைச் சடங்கு போன்றது ஆகும். இறந்த நாள் அன்று உணவு மற்றும் டீ போன்ற பானங்களின் செலவுகள் எதிர் பிரிவு திருநங்கை கூட்டங்களால் செய்யப்படுகிறது. மேலும்

வளையல் உடைக்கும் நிகழ்வையும் இவர்களே முன்னின்று நடத்துகின்றனர்.

இறப்பு நடந்த முப்பதாம் நாள் இறந்த திருநங்கைக்கு முப்பதாம் நாள் கருமாதி செய்யப்படுகின்றது. இந்நிகழ்வு சமுதாய பிற மக்கள் செய்யும் நிகழ்வு போன்று அமைகிறது. 29 ம் நாள் இரவு படையல் இடல், கல் நடல் என்ற நிகழ்வு நடத்தப்படுகிறது. சாணியில் உருண்டை செய்து அதன் முன்பு பழவகைகள் போன்றவற்றை படையல் செய்கின்றனர். குருவின் சாவின் பொருட்டு வளையல் உடைத்த அவரின் அனைத்து மருமகள்களையும் உட்கார வைப்பர். பின்பு எதிர் பிரிவினர் புடவை, பணம் போன்றவற்றை அவர்களுக்கு மொய் எழுதுவர். எதிர் பிரிவைச் சேர்ந்தவர் ஒவ்வொரு புடவையையும் புடவை அளிப்பவர் பெயர் அவர் குரு பெயர் ஆகியவற்றை கூறிவிட்டு அவர் மீது போட்டுவிடுவர். இவ்வாறு எத்தனை திருநங்கைகள் வளையல் உடைத்திருந்தாலும் அவர் அனைவருக்கும் புடவை போடப்படும். அதுபோல அனைத்து பிரிவினரும் பெரியவர் முதல் சிறியவர் வரை வரிசையாக மொய் செய்கின்றனர். இந்த மொய் முடிந்த பின்பு வந்த புடவைகளில் ஏதேனும் ஒரு புடவையை கட்டிக்கொண்டு நடுக்கூடத்தில் விளக்கேற்றி இறந்தவர்களைக் குறித்து ஒப்பாரி வைக்கின்றனர். பின் சூடம் ஏற்றி அவரை வழிபட்டு இந்த சடங்கை முடிக்கின்றனர். பின்னர் பொது விருந்து நடைபெறும்” என்கிறார் திருநங்கை ஆவுடையம்மாள். என இறப்புச் சடங்கில் நடைபெறும் நிகழ்வுகள் சமூக மக்கள் செய்யும் சடங்கை விட மேன்மையுறுவதாக அமைகிறது. மேலும் அச்சடங்குகளில் மிகுந்த நம்பிக்கை கொண்டவர்களாகவும் உள்ளனர்.

அரவான் இறப்புச்சடங்கு

கூத்தாண்டவர் ஆலயத்தில் அரவானைக் கணவனாக மானசீகமாக எண்ணி முதல் நாள் திருநங்கைகள் தாலி கட்டிக்கொண்டு ஆடிப்பாடி மகிழ்கின்றனர். மறுநாள் “காலையில் அரவான் களப்பலிக்குப் புறப்படுகிறான். நன்கு அலங்கரிக்கப்பட்ட தேரில், மரத்தால் செய்யப்பட்ட அரவான் சிற்பம் வைக்கப்பட்டு அது 'அமுத களம்' கொண்டு செல்லப்படுகிறது. இந்த இடம் கூத்தாண்டவர் கோயிலிலிருந்து வடக்கே நான்கு கிலோ மீட்டர் தொலைவில் உள்ளது. அமுதகளம் கொண்டு செல்லப்படும் அரவானைப் பின் தொடர்ந்து ஆடிப்பாடிக்கொண்டு திருநங்கைகள் செல்கின்றனர்.

'மதுர கோட்ட வீதியிலே

மன்னர் தானும் போகையில

அட வளரும் நானும் போகையில

கோயில் வாசல் தாண்டி போகையில —— கரும்

கூந்தல் அவுந்திட பாத்தீங்களா —— கரும்

கூந்தல் அவுந்திட பாத்தீங்களா

அம்பது லட்சமும் தாலி கட்டி

ஒன்பது லட்சமும் தாலி கட்டி

வச்சி படைக்காத நம்ம கூத்தாண்டவர்

வடக்கே போறார் பாருங்கடி"

என்று பாடிக்கொண்டு ஒப்பாரி வைத்துச் செல்கின்றனர். (களப்பணி. சு.முனி-யப்பன்)

இக்கண்ணீர் அவர்கள் "கிளிசரின்" போட்டு வருவதில்லை. வாழ்வில் அவர்-கள் சந்தித்த சோதனைகள், வேதனைகள், ஏக்கங்கள், அவமானங்கள் அனைத்-தும் வெடித்துக் கிளம்பி கண்ணீராக வழிகின்றன. மேலும் திருநங்கைகளின் துயரங்களை வெளியேற்றும் நாளாகவும் 'அரவான் களப்பலி' நாள் அமைந்து விடுகிறது.

"அழுதகளம் கொண்டு செல்லப்படும் அரவான் தேரானது பிரிக்கப்படுகிறது. தலை சாய்ந்த நிலையில் அரவான் தேர் கிடக்கிறது. அப்போது அரவான் இறந்து விட்டதாக கூறப்படுகிறது. தன் கணவன் இறந்துவிட்டதை எண்ணி திருநங்கை-கள் ஒப்பாரி வைக்கிறார்கள். பந்தலடியின் கீழ் ஒருவரின் தோளில் இன்னொருவர் கை போட்டபடி பல குழுக்களாக அமர்ந்து ஆடுகிறார்கள். தங்கள் தலையிலி-ருந்த பூக்களைப் பியத்து எறிகிறார்கள். பொட்டினை அழித்துவிட்டு வளையல்-களை உடைத்து அவர்கள் அழுகின்ற காட்சி பார்ப்பவர்களின் கண்களிலிருந்து கண்ணீரை வரவழைத்து விடுகின்றன.

"காகிதப் பூவுன்னு கண்மூடிப்போனீரோ- என் ராசாவே

வாடாமல்லின்னு பேசாமல் போனீரோ — நானும்

அப்பனுக்கு வேப்பங்காய

அண்ணனுக்கு எட்டிக்காய்

ஊருக்கு திருஷ்டிக்காய்

ஒனக்குக் கூட வேப்பங்காய்"

என்று பாடல்களைப் பாடியபடி அழுகின்றனர். (களப்பணி முனைவர். ச.இரா-ஜலதா. சு.முனியப்பன்)

திருநங்கைகள் அரவானை தனது கணவனாகவே கருதிக் கொள்வதால் திரு-நங்கைக்கு கண்ணீரும் தானாகவே வருகிறது.

தேர் உருக்குலைந்த அரவானோடு பகல் பதினொரு மணியளவில் பந்தலடிப்-பக்கம் போகிறது. அங்கே உள்ள வெள்ளிக்கல் கம்பத்தின் அருகில் ஒரு பூசாரி நின்று கொண்டிருப்பார். ஒவ்வொரு திருநங்கையும் அவர் முன்னால் போய் நிற்க, பூசாரி திருநங்கைகளின் தாலிகளை அறுத்து எறிகிறார். பொட்டுக்களை அழித்து-விடுகின்றனர்.

தாலி என்பது மஞ்சள் கயிற்றால் ஆன சாதாரணதாலி அல்ல. அரை பவு-னுக்குக் குறையாத தங்கமுள்ள தாலிகள் ஆகும். 'தாலி அறுப்பு' சடங்குக்குப்

பிறகு அந்தத் தாலிகளை அரவான் உண்டியலுக்குள் அப்படியே போட்டு விடுகின்றனர்" (களப்பணி. சு.முனியப்பன்)

தாலி அறுப்பு சடங்குகளுக்குப் பின்பு தாய் வீட்டுக் கோடித்துணியாக குருவானவர் வெள்ளைப் புடவை, ஜாக்கெட், வெள்ளைப்பாவாடைத் தருவர். இந்த நிகழ்வு பொது மக்களின் நடைமுறையில் உள்ள சகோதரியின் கணவர் இறந்துவிட்டால் பிறந்த வீட்டுக்கோடி தரப்படுமோ அதே முறையை ஒத்துள்ளது. அரவானின் மரணத்திற்குப் பிறகு குளித்துவிட்டு வெள்ளைப்புடவையுடன்தான் தன் சொந்த ஊர் திரும்புகின்றனர்.

அரவான் மறு பூசை சடங்கு என்பது அரவானுக்காக கூத்தாண்டவர் ஆலயத்தில் தாலி அறுத்து விதவைக் கோலம் பூண்ட திருநங்கைகளால் செய்யப்படும் பூசை ஆகும்.

"அரவானுக்காக வெள்ளைப்புடவை கட்டிய திருநங்கைகள் மூன்று நாட்களிலிருந்து முப்பது நாட்கள் வரை அதே வெள்ளைப்புடவையில் ஒரே நேரம் மட்டுமே உணவு உண்டு விரதம் இருப்பர். பின்பு மாமியார், புது கலர் புடவை தாலிக்கயிறு, மஞ்சள், குங்குமம், பூ மற்றும் பூசைப்பொருட்கள் வாங்கி வருவர்.

ஒரு வீட்டின் விளக்கேற்றி மூன்று தலைவாழை இலைப்போட்டு அதில் சாதம், கோழிக்கறி, ஆட்டுக்கறி, மீன், முட்டை போன்ற கறிவகைகள், பழங்கள், வெற்றிலை, பாக்கு அதன் மேல் தாலிக்கயிறு வைத்திருப்பர். பின்பு வெள்ளை புடவை கட்டிய திருநங்கையை மாமியாரானவர் மஞ்சள் கொடுத்து குளிக்கச் செய்வார்;. குளித்து முடித்த பின்பு புதுக் கலர் புடவையைக் கொடுத்து அணியச் செய்வர். பூசை ஆரம்பமாகும். ஊதுபத்தி, சாம்பிராணி, சுடம் ஏற்றிய பின்பு மாமியார் பூசையில் உள்ள தாலியை எடுத்து அவருக்கு அணிவிப்பர். பின்பு குங்குமம் நெற்றியில் இட்டு, சாதம் இட்டு பின் மற்றவர்களுக்குப் பரிமாறுவர். பூசையில் உள்ள படையலை புதுத்தாலிக்கட்டிக்கொண்ட திருநங்கை மட்டுமே உண்ணுவார். இவ்வாறு மறுபடியும் தாலிகட்டிக்கொள்வதை மறுபூசை சடங்கு என்கின்றார். திருநங்கை நூறம்மா . காக்கைக்கு சோறிடல் என்ற சடங்கால் இறந்தவர் காக்கை வடிவில் வந்து உணவு அருந்திச் செல்வர் என்ற நம்பிக்கையும் திருநங்கைகள் இடையே காணப்படுகிறது.

நம்பிக்கைகள்

ஒவ்வொரு சடங்கையும் உற்றுநோக்கினால் தெய்வ நம்பிக்கையின் பேரிலோ அல்லது பழக்க வழக்கத்தின் அடிப்படையிலோ நிகழ்த்தப்பட்டு வருகின்றன. திருநங்கைகளின் நம்பிக்கைகளின் அவற்றைச் சார்ந்த அமைப்பாக அமைந்துள்ளது.

கூத்தாண்டவர்கோயில்இறைநம்பிக்கை

கூவாகம் பகுதி வாழ் மக்களின் வாழ்வியலோடு கூத்தாண்டவர் இரண்டற கலந்து விட்டிருக்கிறார் என்பதை அவர்கள் நம்பிக்கை வாயிலாக அறியலாம்.

- தலைப்பிள்ளை பெற்றெடுத்தவர்கள் பந்தல் வழி செல்லக்கூடாது.

- கர்ப்பிணிப்பெண்கள் சாமி ஊர்வலம் வரும்போது சாமி முகத்தைப் பார்க்கக் கூடாது. அப்படிப் பார்த்து விட்டால் அந்தப் பெண்ணின் கரு கலைந்து விடும்.

- குழந்தையைப் பெற்றெடுத்த நாளிலிருந்து மூன்று மாதம் கழித்துதான் கோயிலுக்குச் சென்று சாமியை வணங்க வேண்டும்.

- பூப்பெய்திய பெண் ஐந்து மாதம் வரை பந்தலம் வழியாகப் போகக்கூடாது.

- வீட்டு விலக்கானவர்கள் சாமியிருக்கும் தெரு வழியாக போகக்கூடாது.

- திருவிழாக்காலங்களில் தாம்பத்ய உறவு வைத்துக்கொள்ளக்கூடாது. வெந்நீர் குளியல் கூடாது. கஞ்சி சாப்பிடக்கூடாது.

- கோயில் இருக்கும் பகுதியில் உலக்கை சத்தம் கேட்கக் கூடாது. நெல் அவிக்கக்கூடாது.

- குழந்தைக்கு உடம்பு சரியில்லை என்றாலும் மருந்து மாத்திரை தரக்கூடாது.

- குழந்தை இல்லாததவர்கள் கூத்தாண்டவர் என் வயிற்றில் ஒரு குழந்தை கொடு என்று வேண்டிக்கொள்கிறார்கள்.

- தமிழகத்தின் பிற கோயில்களில் செய்யப்படும். நேர்த்திக்கடன் போல இந்தக் கோயிலில் செய்யப்படுவதில்லை. குறிப்பாக 'மொட்டை' போட்டுக்கொள்-ளும் வழக்கம் இங்கேயில்லை. பிரார்த்தனை செய்வதாக இருந்தாலும் நேர்த்திக்க-டன் செய்வதாக இருந்தாலும் தாலி தரித்துக் கொள்வதுதான் இங்கே காலம் கால-மாகப் பின்பற்றப்பட்டு வருகிறது.

- பிரார்த்தனைக்காக ஒருநாள் மட்டுமே தாலி தரித்துக் கொள்பவர்கள் உண்டு. சிலர் பிரார்த்தனை நிறைவேறும் வரை தாலி தரித்துக் கொள்கின்றனர். ஆனால் "உயிருள்ள வரையிலும் தாலிதரித்துக் கொள்கிறேன்." என்று வேண்டிக் கொள்பவரின்எண்ணிக்கை மிக அதிகமாகும்.

- திருமணமாகி மனைவியை இழந்து விட்டவர்கள். தாலி தரிக்கக் கூடாது என்ற நம்பிக்கை உண்டு.

திருநம்பிக்கைகளின் நம்பிக்கைகள்

- அறுவை சிகிச்சைக்கு போவதற்கு முன் கட்டாயம் சாமி அனுமதி கேட்க பூசை போட வேண்டும்.

- சாமி பூசையின் போது தேங்காய், கோணலாக உடைந்தாலோ, தேங்காய் அழுகி இருந்தாலோ அறுவை சிகிச்சைக்கு போகக்கூடாது.

- அறுவை சிகிச்சைக்கு போன பின்பு வீட்டிற்கு திரும்பி வரும்போது பால் ஊற்றும் சடங்கு வரை சாமி படங்களை மூடி வைக்க வேண்டும்.

- இறப்பு வீடுகளிலும் 40 வது நாள் வரை சாமி படங்களை மூடிவிட வேண்-டும்.

* இஸ்லாமிய திருநங்கைகள் நமாஸ் செல்லும் போது ஆண் உடையில் செல்-வது நல்லது.

* திருநங்கைகள் ஹஜ் பயணம் சென்றுவந்தால் ஆண் உடையில் இருப்பது-தான் முறை எனக்கருதப்படுகிறது. அவர்கள் உருவ வழிபாடு சார்ந்த சடங்குகளில் ஈடுபட்டால் அது தெய்வ அவமதிப்பாக கருதப்படுகிறது.

* தவறான பாதையில் சென்றவர்களுக்கு அருள் வராது என்றும் நல்லது செய்து நல்லதே நினைப்பவர்களுக்கு அருள் வரும் என்ற நம்பிக்கை உண்டு.

* அறுவை சிகிச்சைக்கு போகும் திருநங்கைகள் மாத்தா அருள் பெற்று நல்ல கலையுடன் முகத்தில் தேஜ் எனப்படும் ஒரு வித ஒளியுடன் காணப்படுவர் என்பது நம்பிக்கை.

* 40 வது நாள் பாலூற்றும் சடங்கின் போது அவர் கட்டியிருக்கும் பச்சை புடவையை நிகழ்ச்சி முடிந்தவுடன் இளைய அறுவை சிகிச்சை ஆகாத திருநங்-கைக்கு தந்து விடுகின்றனர். இதனால் அதை வாங்கி கட்டிக்கொள்ளும் திரு-நங்கை சீக்கிரம் அறுவை சிகிச்சைக்கு சென்று விடுவார் என்று நம்புகின்றனர்.

* அறுவை சிகிச்சை ஆன திருநங்கை ஒரு வருடத்திற்குள் தண்ணி மாத்-துதல் அதாவது வேறு ஊருக்கு சென்று வருவது அவசியம் என நம்புகின்றனர். அவ்வாறு செய்தால் உடல் நலம் நன்றாக இருக்கும் என நம்புகின்றனர்.

* அறுவை சிகிச்சை ஆன திருநங்கை ஒரு முறையேனும் குஜராத் மாநிலம் போத்திராஜீ மாத்தா கோவிலுக்கு சென்று வழிபட்டு சேவல் காணிக்கை கொடுத்-தால் மாத்தா அருள் கிடைக்கும் என்பது நம்பிக்கை.

* திருநங்கைகள் சேவல் கறி உண்ணக்கூடாது என்கின்றனர். சேவல் இவர்க-ளின் தெய்வமாகிய மாத்தாவின் வாகனம் என்பதால் சேவல் கறி உண்டால் மாத்தா தண்டித்துவிடும் என்றும் நம்புகின்றனர்.

* அறுவை சிகிச்சை செய்து கொண்ட பின் 40 நாள் ஆண்கள் முகத்தை பார்க்கக்கூடாது. அவ்வாறு பார்த்தால் ஆண்முகத்தோற்றம் வரும்.

* அறுவை சிகிச்சை செய்தவர் பயன்படுத்தும் சிம்டாவை (முடி நீக்கும் கருவி) அறுவை சிகிச்சை ஆகாதவர் பயன்படுத்திவிட்டு மீண்டும் அறுவை சிகிச்சை ஆனவர் மேற்கொண்டால் முகத்தில் முடி வளரும் என்ற நம்பிக்கை உண்டு.

* திருநங்கைகள் பிளேடால் முகத்தில் முடி நீக்கக்கூடாது. சிம்டாவை பயன்-படுத்த வேண்டும்.

* கண்ணாடி உடைவது, குங்குமம் சிந்துவது. பால் தவறுவது போன்றவற்றை கெட்ட சகுனமாகக் கருதுகின்றனர்.

* நல்ல விஷயங்கள் பேசுகையில் சேவல் கூவுவது, யாரேனும் தும்முவது போன்றவற்றை நல்ல சகுனமாகக் கருதுகின்றனர்.

• கடை வசூல் உள்ளிட்ட எந்த நிகழ்விற்கும் 3 பேர் செல்லக்கூடாது அப்படிச் சென்றால் அந்தக்காரியம் நடக்காது என்றும் அவ்வாறு செல்ல நேர்ந்தால் சிறிய கல்லை எடுத்து இறந்து போன முன்னோர்களை நினைத்து அந்தக்கல்லை தொட்டு வணங்கி முந்தானையில் முடிந்து கொள்வர். அவ்வாறு முடிந்தால் அப்பெரியவரும் தன்னுடன் வருவதாக நம்புகின்றனர்.

பழக்கவழக்கங்கள்

திருநங்கைகள் பெரும்பாலும் பெண்கள் போன்றே ஆடைகளை அணிந்து கொள்கின்றனர். தங்களின் தோற்றத்திற்கு ஏற்பவும் தன் ஆடைகளை மாற்றிக்கொள்கின்றனர். சில திருநங்கைகள் ஆண்கள் போன்று தோற்றம் உடையவர்களாக இருப்பதினால் அவர்கள் கைலி மற்றும் அரைக்கை சட்டை பிடிப்பாக அணிகின்றனர். கைலி, அரைக்கை சட்டை அணிபவர்கள் கைலியை ஆண்கள் போல தூக்கிக்கட்ட மாட்டார்கள். இவைகளே திருநங்கைகளின் ஆடைப்பழக்க வழக்கமாகும்.

திருநங்கைகள் பெரும்பாலும் பெண்கள் அணியும் அணிகலன்களை அணிந்து கொள்கின்றனர். அணிகலன் அணிவது அவர்களுக்கு மிகப்பெரிய மகிழ்ச்சியை கொடுக்கிறது என்கின்றனர்.

திருநங்கைகளின் சில உணவுப்பழக்கவழக்கங்கள் மட்டுமே மற்றவர்களிடமிருந்து மாறுபடுகிறது. மாமிச உணவுகளை அதிகமாக உண்கின்றனர். ஆனால் சேவல் கறியை உண்பது இல்லை.காரணம் சேவல் அவர்களின் தெய்வமான மாத்தாவின் வாகனம் ஆகும். மீறி அவர்கள் சேவல் கறியை உண்டால் திருநங்கைகளுக்கு தீங்கு ஏற்படும் என்ற நம்பிக்கை அவர்களிடம் காணப்படுகிறது.

பன்றிக்கறி உணவை உண்ண மாட்டார்கள். உண்ணுபவர்களுடன் பழக மாட்டார்கள். எவ்வித தொடர்பும் திருநங்கைகள் அவர்களுடன் வைத்துக்கொள்ள மாட்டார்கள். பன்றி இறைச்சி உண்பவர் வீட்டிலிருந்து தண்ணீர் கூட வாங்கிக்குடிக்கக்கூடாது அவ்வாறு அதை மீறுபவர்களாயின் திருநங்கை சமூக நடைமுறைக்கு எதிரானவர்கள் என்று அவர்கள் திருநங்கை சமூகத்திலிருந்து விலக்கிவைக்கப்படுகின்றனர்.

திருநங்கைகளுக்கு அவர்களின் கட்டுப்பாடுகளில் கட்டுப்படாதவர்களை சமூகத்திலிருந்து விலக்கி வைத்து தண்டனை வழங்கும் பழக்கங்கள் உள்ளன.

• கூட்டத்தைவிட்டு வெளியேற்றுதல்
• நீர், உணவு, கொடுக்க மறுத்தல்
• பிற திருநங்கைகளிடம் பேச மறுத்தல்
• இறத்தல் கூட பார்த்தல் கூடாது
• திருநங்கைகளின் எந்த நிகழ்விலும் பங்கு பெறாமை
• எவருடனும் எவ்வித உறவும் வைத்தல் கூடாது.

போன்ற தண்டனைகளை தவறு செய்து சமூகத்தில் தள்ளி வைக்கப்பட்டவர்கள் அனுபவிக்கின்றனர். ஆனால் கூடி வாழ்ந்தே பழக்கப்பட்ட திருநங்கைகளுக்கு இந்த தண்டனைகள் பெரும் தண்டனையாக இருப்பதால் சில காலத்துக்குப்பிறகு பஞ்சாயத்தில் தம் தண்டனையை நீக்கச் சொல்லி மன்றாடுவர்.

திருநங்கைகள் தம் உணர்வு மாற்றங்களை அறிந்தவுடன் ஏற்படும் மனநிலை போராட்டம், திருநங்கைகளாக மாறியவுடன் முடிவதில்லை. அவர்கள் ஒவ்வொரு நிலையிலும் ஒவ்வொரு மனப்போராட்டங்களை சந்திக்கின்றனர்.

ஆணுக்குள் பெண்ணிய உணர்வுகள் ஏற்படும் போது குடும்பம் மற்றும் சமூக உறவுகளால் உடல் மற்றும் மன ரீதியாக ஒரு போராட்டத்தைச் சந்திக்கின்றனர். அதிலிருந்து மீண்டு திருநங்கைகள் உடன் இணைவு என்பது எளிதன்று. மூத்த திருநங்கைகள் திருநங்கைகளாக மாறினால் ஏற்படும் மனஅழுத்தங்கள், கேலிகள் பற்றி எடுத்துக் கூறி அவர்களை திரும்ப திரும்ப அனுப்பி அதன் பின்னும் அவர்-களின் மனநிலை மாறவில்லை என்றால் தம்முடன் இணைத்துக் கொள்கிறார்கள். அப்போது ஒரு புதிய உறவு முறைகளை புதிய திருநங்கைகள் ஏற்கின்றனர். பின் திருநங்கைகளுக்குள் ஏற்படும் சடங்குகள், நம்பிக்கைகள், பழக்க வழக்கங்கள் என அனைத்திற்கும் தம்மை ஏற்புடையவர்களாக மாற்றிக்கொள்கிறார்கள். இத்தகைய ஒவ்வொரு சூழலில் அவர்கள் படும் வேதனைகளும், மன அழுத்தங்களும் மிக அதிகமாகும் என்பதே ஆய்வின் மூலம் திருநங்கைகளின் உணர்வின் வெளிப்-பாட்டை அறியமுடிகிறது.

3

சமூக அரவணைப்பும் பொருளாதார விழிப்புணர்வும்

திருநங்கைகளின் வருமானம் ஒரு நிரந்தரமற்ற வருமானம் ஆகும். கடை வசூல், பாலியல் தொழில், நடனம் போன்றத் தொழில்களையே முதன்மையான தொழிலா- கச் செய்தாலும் பாலின வேறுபாடு குறித்தச் சரியான விழிப்புணர்வு மக்களிடையே இல்லாததும் பாலினம் குறித்த சட்ட ரீதியான அடையாளம் இல்லாததும் மக்க- ளிடமிருந்து இவர்களை ஒதுக்கி வைக்கிறது. இதன்காரணமாக நகரின் ஒதுக்குப் புறத்திலோ, நகரின் வெளிப்புறத்திலோ இவர்கள் வாழ்கின்றனர்.

தமிழகத்தில் கடைவசூல், பாலியல் தொழிலை முதன்மையாகச் செய்கின்றனர். கோவை, ஈரோடு, சேலம் மற்றும் தென் தமிழகத்து மாவட்டங்களில் இவர்கள் சமையல், கரகாட்டம் போன்ற நடனம், ஒப்பாரி, கும்மி பாடல் பாடுபவராகவும் உள்ளனர்.

கடை வசூல்

சென்னை உட்பட வட தமிழகத்;து திருநங்கைகள் அதிகம் கடை வசூலில் ஈடுபடுகின்றனர். கடை வசூலை கடை கேட்டல் என்றும் கூறுகின்றனர். இந்த கடைவசூல் பிச்சை எடுப்பதை போன்றதேயாகும். இக்கடை வசூல் நிகழ்வைப் பற்றி திருநங்கை வேணி கூறுகையில் "காலையில் 10 மணி முதல் 6 மணிவரை கடை வசூலில் ஈடுபடுவோம். இதில் ஒருவர் அல்லது ஒரு குழுவாக செல்வோம். ஒவ்வொரு நாளும் ஒவ்வொரு பகுதியைத் தேர்ந்தெடுத்து அங்குள்ள கடைகளின் முன் நின்று கொண்டு கைத்தட்டுவோம். எங்கள் கைதட்டல் ஒலி மற்ற மக்கள்

கை தட்டும் ஒலியிலிருந்து வேறுபட்டுக் காணப்படும்.

இருகைகளையும் ஒன்றன் மீது ஒன்றாக வைத்து இரு கைகளின் நடுவே சிறு குழி மாதிரி செய்து ஒரு கையில் மறுகையை தட்டுவோம். இந்த ஒலி பிறர் கவனத்தை கவரும், எளிதாக கவரும் வகையில் இருக்கும். இந்த கை தட்-டல் ஒலி தான் நாங்கள் கடை வசூல் செய்யப்போகும் போது மூலதனம் ஆகும். கடைகளில் எவ்வளவு கூட்டம் இருந்தாலும் கடைக்காரரை எங்கள் பக்கம் திருப்-புவது இந்த கைதட்டல் ஒலிதான். அப்படித் திரும்பும் கடைக்காரர்கள் பணம் கொடுப்பவர்களும் உண்டு. கேவலமாக திட்டுவதும், பாலியல் தொந்தரவு செய்வ-தும் உண்டு. இதுபோன்ற நேரங்களில் கைதட்டி ஓசை எழுப்பி அக்கம் பக்கத்-தினரின் கவனத்தை ஈர்ப்பதுடன் எங்களையும் தற்காத்துக் கொள்கிறோம். மேலும் வடநாட்டில் கடைகளுக்குச் சென்றோம் என்றால் எங்களுக்கு பணம் கொடுத்தால் நன்றாக வியாபாரம் நடக்கும் என்று மகிழ்வுடன் கொடுப்பார்கள்" என்கிறார்.

கைதட்டல் நிகழ்வு திருநங்கைகளுக்கிடையே ,வாக்குவாதமோ வரும் போது மிக முக்கியமானதாக அமைகிறது. இந்த கடைவசு{லில் குறைந்த பட்சம் ரூ.100 முதல் 500 வரை தினம் வசூலாவதாக கள ஆய்வில் திருநங்கைகள் கூறினர். எனினும் நீண்ட தூரப் பயணம் சில ஆண்களின் கிண்டல்கள், பாலியல் தொந்-தரவுகள், சிலரின் கோபம், தகாத வார்த்தைகள் போன்றவைகளை சகித்துக் கொண்டுதான் இந்த வருமானம் ஈட்டுகின்றனர். "தீபாவளி போன்ற பண்டிகை தினங்களில் அதிகம் வசூலாகும். அதிகம் பணம் சம்பாதிக்க வேண்டும் என்று நினைப்பவர்கள் மும்பை நகரை நோக்கிச் செல்வார்கள். மும்பை, பெங்களூர் நகரங்களில் தீபாவளிக்கு ஒரு மாதத்திற்கு முன்பே 8 முதல் 10 பேர் கொண்ட குழுக்களாக பிரிந்து தீபாவளி வசூல் என்று கடைகளின் முன்பு பாடி ஆடி வசூல் செய்வோம். அச்சமயங்களில் ரூ.200 முதல் ரூ.2000 வரை ஒரு கடைக்கு வசூல் ஆகும். தீபாவளி தவிர ஹோலி, விநாயகர் சதுர்த்தி, நவராத்திரி போன்ற காலங்களிலும் அதிகம் வசூல் ஆகும். இதனாலேயே இந்த சமயங்களில் அதிக அளவில் தமிழ்நாடு மற்றும் பிற மாநிலங்களிலிருந்து திருநங்கைகள் மும்பை செல்கின்றனர்" என்கிறார் திருநங்கை ராதிகா. கடந்த சில வருடங்களாக தமி-ழகத்தில் கூவாகம் கூத்தாண்டவர் திருவிழா அழைப்பிதழுடன் வசூல் புத்தகம் வைத்துக் கொண்டு வசூலிக்கின்றனர். இதில் வரும் வருவாயை கூவாகம் கூத்-தாண்டவர் திருவிழா சமயத்தில் செலவு செய்கின்றனர்.

மழைக் காலத்தில் இந்த வகையில் வருமானம் ஈட்டுவது இயலாத காரியம், இச்சமயங்களில் ஏற்கனவே சேர்த்து வைத்துள்ள சேமிப்பும் மற்றும் கந்து வட்டிக்-காரர்களிடம் கடன் வாங்கியும் காலத்தைக் கழிக்கின்றனர்.

பாலியல்தொழில்

பாலியல் தொழில் என்பது அனைவாrன் முகச்சுழிப்பையும் ஏற்படுத்தக்கூ-டியது. அத்தொழில் தான் திருநங்கைகளுக்கு முக்கியத்தொழிலாக அமைகிறது. படித்த திருநங்கைகள் பாலியல் தொழிலில் ஈடுபடுபவதில்லை. ஈடுபடும் திரு-நங்கைகளையும் தடுக்கின்றனர். எனினும் அதிக திருநங்கைகள் இத்தொழிலைச் செய்கின்றனர்.

மிகப்பழமையான தொழில்களில் பாலியல் தொழிலும் ஒன்றாகும். முகலாய ஆட்சிக்காலத்தில் அரசனுக்கு பட்டத்தரசி தவிர பல்வேறு ஆசை நாயகிகள் இருந்துள்ளனர். அவர்களில் திருநங்கைகளும் அடக்கம். மும்பை, கல்கத்தா, நகரங்களில் பாலியல் தொழிலுக்கான விடுதிகள் உள்ளன. இங்கு பெண்களுடன் திருநங்கைகள் ஆகிய நாங்களும் பாலியல் தொழிலில் ஈடுபடுகிறோம். மேலும் தமிழகத்தில் பாலியல் விடுதிகள் இல்லை. என்றாலும் வீடுகள், ஓட்டல்கள், அறைகள், இரவு நேரங்களில் இருட்டான சாலைப்பகுதிகள், கடற்கரைப் பகுதிகள், ஆள் நடமாட்டமில்லாத ஒதுக்குப்புறமான இடங்களில் பாலியல் தொழிலை மேற்-கொள்கிறோம். இத்தொழில் மூலம் ரூ.300 முதல் ரூ.5000 வரை வருமானம் வரும் என்கிறார் திருநங்கை குழலி.

"சில இடங்களில் ரவுடி கும்பல் இவர்கள் பாலியல் தொழில் செய்யும் இடங்-களை அடையாளம் கண்டு கொண்டு மாமூல் வசூலிப்பது, சில நேரம் முழு வரு-வாயையும் பிடுங்கிச் செல்வது, பணம் எதுவும் தராமலேயே இவர்களுடன் பலாத்-காரமாக பாலியல் உறவு கொள்வதும், இவர்களைப் போன்றே பல நேரங்களில் காவல் துறையினரின் மிரட்டலுக்கும், விரட்டலுக்கும் பயந்து ஓடும் வாழ்க்கை தான் எங்கள் வாழ்க்கை. இது ஒரு நரக வாழ்க்கை அதனால் தான் திருநங்கை-களாக மாற வருபவரை வேண்டாம் என்று தடுக்கிறோம்' என்கிறார் திருநங்கை சசி .

திருநங்கைகளின் பாலியல் தொழில் என்பது அவர்கள் தினமும் சந்திக்கும் ஒரு நரக வாழ்க்கை ஆகும். இவர்கள் வேறு தொழில் செல்லலாம் என்ற கருத்-துக்கள் கூட நிலவும். ஆனால் யார் திருநங்கைகளுக்கு வேலை கொடுக்கத் தயா-ராக உள்ளனர். தவறி வேலை கொடுப்பவர்களையும் தவறான பேச்சுக்களால் ஏன் நாம் அவர்களுக்கு வேலை கொடுத்தோம் என்று வேதனைப்படும் சூழலுக்கு தள்-ளப்படுகின்றனர். இவர்களும் மனிதர்கள் தான் இவர்களும் எல்லா வேலைகளும் செய்வார்கள் என்ற நம்பிக்கை ஏற்பட்டால் தான் இவர்கள் ஈடுபடும் பாலியல் தொழிலில் இருந்து வெளிவருவார்கள்.

சமையல் தொழில்

தமிழகத்தின் தென் மாவட்டங்களிலும் கரூர், கோயமுத்தூர், ஈரோடு. சேலம் போன்ற மாவட்டங்களிலும் திருநங்கைகள் சமையல் தொழில் மூலம் வருமானம் ஈட்டுகின்றனர். திருமணம், பிறந்தநாள், போன்ற பெரிய நிகழ்வுகளுக்கான ஆர்டர்-

கள் பெற்றுக்கொண்டு அதற்கு உதவிக்காக சில நங்கைகளை உதவிக்கு அமர்த்திக் கொண்டு சமையல் செய்கின்றனர். சில இடங்களில் இவர்களே முழுமையாக சமையல் தொழிலையும் செய்கின்றனர். ஆனால் சமையல் தொழிலுக்குச் செல்கையில் ஆண் உடை அணிந்து கொண்டு தலையில் முண்டாசு கட்டிக்கொண்டு தலைமுடியினை மறைத்துக் கொள்கின்றனர். ஏன் என்று காரணம் கேட்டபோது "பெண் உடையில் இத்தொழிலுக்கு சென்றால் கேலி கிண்டலுடன் பாலியல் தொந்தரவுகளும் ஏற்படும் என்கிறார்" திருநங்கை நிலா. எனினும் இது ஒரு மதிப்பான அங்கீகாரமானத் தொழிலாகவே கருதுகின்றனர். கோயமுத்தூர், உக்கடம், பொள்ளாச்சி, ஈரோடு, சேலம் பகுதிகளில் திருநங்கைகளின் வீடுகளின் முன்பு பிரியாணி மாஸ்டர் என்ற விளம்பரப் பலகை தொங்குவதை காணலாம். கோவை, சேலம், ஈரோடு, பகுதிகளில் திருநங்கைகள் இணைந்து சிறிய உணவு கடைகள் நடத்தி வருகின்றனர். சமையல் தொழில் மூலம் இவர்கள் ரூ.6000 — முதல் அதற்கு மேலும் வருமானம் ஈட்டுகின்றனர்.

தமிழகத்தை சேர்ந்த சில திருநங்கைகள் மாநிலம் விட்டு மும்பை, பூனா, பெங்களூர் போன்ற பகுதிகளுக்கும் சென்று சமையல் தொழிலில் ஈடுபடுகின்றனர்.

"சமையல் தொழில் சமுதாயத்தில் நான்குபேர் முன்னால் கௌரவமாக பார்க்க வைக்கிறது. அப்புறம் மற்றவர்களின் பசியைப் போக்க வைத்து சாப்பாடு நல்லா இருக்கு என்கிற போது ஒரு நிம்மதி அதிலும் நம்மையும் மதிச்சு பதில் சொல்நாங்களே என்று ஒரு கௌரவம் இத்தொழிலில் தான் எங்களுக்கு கிடைக்கிறது" என்கிறார் திருநங்கை சாரதா.

"நாங்க கடை வைத்து நடத்திகிட்டு வருகிறோம். இங்கு வருகிறவர்கள் எங்களை திருநங்கைகள் என்ற பார்வையில் பார்க்காமல் கௌரவமாக நடந்து கொள்கின்றனர். ஆனால் ஒரு சிலர் வரும் போதுதான் சில வேண்டாதப் பேச்சுக்களைப் பேசுவர். சிலசமயம் நாங்க அமைதியாக இருப்போம். சிலசமயம் நாங்களும் எதிர்த்துப் பேசிடுவோம் "என்கிறார் திருநங்கை தாமரை.

"நாங்க இப்போ கல்யாணம் மட்டுமல்ல, கடை, மற்றும் வீடுகளில் போய் அவர்களுக்கு தேவையான உணவுகளை விசேஷ காலங்களில் செய்து தருகிறோம். அதுவும் நாங்க செய்கிற பிரியாணி அனைவருக்கும் ரொம்ப பிடிக்கிறது. வீடுகளில் எங்களை பிரியாணி செய்வதற்கு என்றே இப்போ அழைப்பவர்கள் அதிகம் பேர் என்கிறார் திருநங்கை சங்கீதா.

சமையல் தொழில் இன்று பல திருநங்கைகளை இச்சமூகத்தில் தலை நிமிர்ந்து நிற்கச் செய்துள்ளது. திருநங்கை என்றால் பாலியல் என்ற த்தன்மையை சிறிது சிறிதாக இக்கால திருநங்கைகள் மாற்றிக் கொண்டு வருகின்றனர். அதற்கு ஒரு காரணம் நிறையத் திருநங்கைகள் கல்வி கற்றுள்ளதே ஆகும் .

நடனம்

தமிழகத்தில் மதுரை, திருநெல்வேலி. தூத்துக்குடி, சேலம், ஈரோடு, கோவை மாவட்டங்களில் உள்ள திருநங்கைகள் தமிழர்களின் பாரம்பரிய கலையான கரகாட்டம், மயிலாட்டம், ஓயிலாட்டம் ஆகிய நடனங்களை ஆடி வருமானம் ஈட்டுகின்றனர். கோவில் திருவிழாக்கள், வீட்டு விஷேசங்கள், இறப்பு வீடுகள், அரசியல் கட்சி மாநாடுகள், மற்றும் ஊர்வலங்கள் போன்றவற்றில் நடனங்கள் ஆடி தம் வாழ்விற்கான வருமானங்களைத் தேடிக்கொள்கின்றனர்.

திருநங்கைகள் நடனக்கலையினை தங்களை தத்து எடுத்த திருநங்கைத் தாயிடமிருந்து கற்றுக்கொள்கின்றனர். "ஆட்டக்கலையில் தேர்ச்சி பெற்றுள்ள திருநங்கையிடம் மகளாக வந்து சேரும் மகள் திருநங்கை முதலில் அவர்களின் வீட்டு வேலைகள் பின்னர் அவரின் ஆட்ட நிகழ்ச்சி நடைபெறும் இடங்களுக்கு உடன் சென்று சிறு சிறு எடுபிடி வேலைகள் செய்வது என தம் பயிற்சியை துவங்குவர். டி போன்றவைகளை வாங்கி வருவது, ஒப்பனை அலங்காரத்துக்கு உதவி செய்வது, அவரின் நடன உடைகளை சுமந்து வருவது போன்ற சிறு சிறு வேலைகளை செய்யவேண்டும், இச்சமயத்தில் புதிய திருநங்கைகள் தம் குரு திருநங்கையின் உடை மற்றும் ஒப்பனை அலங்காரம், ஒவ்வொரு வாத்தியத்திற்கும் ஏற்ப நடன அசைவுகள், பிற கலைஞர்களுடனும் சமூகத்துடனும் கலந்து பழகும் தன்மை ஏற்படும். குருதிருநங்கை நடன நிகழ்ச்சி இல்லாத ஓய்வு நாட்களில் தன் மகள் திருநங்கையை ஆடச்செய்து அந்த ஆட்டங்களில் திருத்தம் செய்வதுடன் தாமும் ஒரு சில நடன அசைவுகளை கற்றுத் தருவார். இவ்வாறு பயிற்சி பெற்ற திருநங்கை முதலில் குரு திருநங்கையுடன் இணைந்து சிற்சில நிகழ்ச்சிகளில் நடனம் ஆடுவர்,அப்போது ஏற்படும் சிறு சிறு தவறுகளை குருதிருநங்கை திருத்தம் செய்வார். பின்னர் சில காலம் கழித்து மகள் திருநங்கை நடனம் ஆடத் தொடங்குகின்றாள்" என்கிறார் திருநங்கை சத்தியா.

திருநங்கைகளின் நளினம், மற்றவர்களுடன் ஆண் பெண் பேதமின்றிப் பழகும் தன்மை, நல்ல ஒப்பனை, உடை அலங்காரம் மேலும் வேகமாக நடனம் ஆடும் திறமை போன்றவைகளுக்கு மக்கள் மத்தியில் நல்ல செல்வாக்கு உள்ளது.

"திருநங்கைகள் பொதுவாக ஒரு குழுவுடன் மட்டுமே நடனம் ஆடுவர். ஒரு குழு என்பது இரண்டு முதல் மூன்று வரை திருநங்கை நடனக் கலைஞர்கள், இரண்டு மூன்று பெண்கள், இரண்டு மூன்று ஆண் நடனக்கலைஞர்கள் மற்றும் பக்க வாத்திய கலைஞர்கள் என்று குழு அமைப்பர். மதுரை, திருநெல்வேலி, தூத்துக்குடி மற்றும் கோவை, ஈரோடு, சேலம் ஆகிய பகுதிகளிலும் பல குழுக்கள் உள்ளன. இக்குழுவின் உரிமையாளர் ஆட்டத்தினை ஒப்பந்தம் செய்வது. அனைத்து நடனக் கலைஞர்களையும் ஆட்டத் தினத்தின் போது ஒருங்கிணைப்பது, ஆட்ட தினத்தின் போது நிகழ்ச்சி நடைபெறும் இடத்திற்கு குறித்த நேரத்தில் அழைத்துச் செல்வது, உடையலங்காரம், ஒப்பனை நேரங்களில் இவர்களுக்கு

உதவுவது, நடன நிகழ்வைக்கண்காணிப்பது, நடனம் முடிந்தவுடன் பாதுகாப்புடன் அழைத்து ஊர் செல்வது, பணப்பட்டுவொடா என பல நிலைகளில் வேலை செய்ய வேண்டும்" என்கிறார் திருநங்கை செம்பருத்தி. தற்போது ஒரு சில திருநங்கை-களே இத்தகைய செட் உரிமையாளர்களாக ஆகியுள்ளார்கள்.

"எனக்கு வயது ஆனதும் என்னோட சேலா (சேலா மகள்) பேத்திங்களுக்கு கரகம் சொல்லிக் குடுத்தேன். யாராவது ஆடக் கூப்பிட்டாங்கன்னா அவங்களப் பிரிச்சு பிரிச்சு அனுப்பிக்கிட்டு இருக்கேன். நான் பிள்ளைகள ஆட அனுப்பும் போது சில பேரு கையப்புடிச்சு இழுப்பாங்க, நோண்டுவாங்க, கேலி பண்ணுவாங்க. இதுக்கெல்லாம் கோவப்படக்கூடாது. பொறுமையா இருந்து கலைத்தொழிலை நல்-லபடியா செய்யணும். யார் மனசையும் புண்படுத்தக்கூடாது. அதுதான் ,அவங்-கவங்க இஷ்டத்துக்கும் ஆடக்கூடாது. அதுக்குன்னு ஒரு வரைமுறை இருக்கு. அதுமாதிரி தான் ஆடணும். நம்முடைய கவனம் எல்லாம் கலை மேலதான் இருக்கணும். இதையெல்லாம் மனசுல வச்சுக்கிட்டு பயபக்தியோடு ஆடினாத்தான் மத்தவங்களும் நம்மளைத் தேடி வருவாங்கன்னு அறிவுரை சொல்லிட்டு அனுப்பு-வேன்.

அந்தக் காலத்தில் பரத நாட்டியத்திற்கு எப்படி புடவை கட்டுவாங்களோ அந்த மாதிரி நாங்களும் கட்டிக்குவோம். இடுப்புக்குத் துணியிலேயே ஒரு ஒட்டியாணம் தச்சி கட்டிக்குவோம். நாள் ஆக ஆக குட்டைஉள்பாடை கட்டி, கால் தெரியற மாதிரி ஆடவேண்டியதா மாறிப்போச்சு. அந்தக் காலத்தில் ஆடும்போது சுத்த-றப்போ கால் ததெரிஞ்சா கூட தொட தெரியற மாதிரி ஆடுறாங்கன்னு எதிரிப்பு தெரிவிப்பாங்க. சுத்தினாலும் கால் தெரியக்கூடாது. அதுக்குப்பிறகு முழு பாவாடை ஆச்சி. கொஞ்ச கொஞ்சமா தொடை தெரிய ஆரம்பிச்சு இப்போ உள்ளாடை தெரியற மாதிரி ஆகிப்போச்சு, கவர்ச்சியத்தான் ஜனங்க விரும்பறாங்க, அப்படி ஆடினாத்தான் ரசிக்கறாங்க, ஊருங்கள்ள அந்தக்காலத்தில இருந்த தர்மகர்த்தா வேற, இப்ப இருக்கிறவங்க வேற. சினிமா உலகம் மாற மாற ஜனங்க எப்படி மாறிப்போயிட்டாங்க பாத்தீங்களா? நாங்க என்ன பண்ண முடியும். அதுக்கு ஏத்-தமாதிரி துணிய தெக்க ஆரம்பிச்சுட்டோம்.

ஆட்டத்துக்கு கூப்பிடறவங்க "துணி நல்லா இருக்கணும்". ஆளு நல்லா சிவப்பா இருக்கணும் என்று சொல்லுவாங்க. ஆளு கறுப்பா இருந்தா ஒத்துக்க மாட்டாங்க கறுப்பு, சிவப்பான்னு பார்க்காதீங்க ஆட்டம் எப்படி இருக்குதுன்னு பாருங்கன்னு சொல்லுவேன். கலையைக் கலையாப் பாக்கறது கொறஞ்சி போச்சி, ஆபாசமா ஆடவும் சொல்லுவாங்க. சிலபேர் கேக்கற காசக் கொடுப்பாங்க. சில பேர் அந்த காசையும் ஏமாத்துவாங்க. சில பேர் பொய் சொல்லிப் பொம்பளங்-களுக்குப் பதிலா எங்களக் கூட்டிட்டு போவாங்க. நாங்க திருநங்கைகள் தான் என்று வெளிப்படையாகவே சொல்லியே ஆடப் போவோம். திருநங்கைகள் பொம்-

பளளங்க மாதிரியே ஆடறாங்க” ன்னு சொல்றதுதான் எங்களுக்குப் பெருமை. நாங்க பொம்பளங்களோடும், ஆம்பளைங்களோடும் சேர்ந்து ஆடுவோம். ஒரே கலைக்குடும்பமா தான் இருப்போம். நாங்க சண்டைக்கு போகமாட்டோம். ஆம்-பளைக்கு ஒரு ,பொம்பளைக்கு ஒரு சம்பளம், எங்களுக்கு ஒரு சம்பளம் குடுப்-பாங்க. எங்களுக்கும் சரிசமமா சம்பளம் குடுங்கன்னு கேட்போம். ஆனால் கிடைக்-காது. ஆம்பளையா இருந்தாலும், பொம்பளையா இருந்தாலும் ஆட்டத்திலக் கொஞ்ச நேரம் சும்மா நிப்பாங்க, நாங்க அப்படி நிக்கவே மாட்டோம்.

ஏழைங்களால நெறைய காசு குடுக்க முடியாது. ஆனா அவங்க நல்ல கலை ரசிகர்களா இருக்கிறாங்கன்னா அவங்க எவ்வளவு கொறச்சி காசு கொடுத்தா-லும் வாங்கிகிட்டு அவங்களுக்காக ஆடுவோம். கோயில் உபயமுன்னு கூப்பிட்டா இலவசமாக் கூட ஆடுவோம். நாங்க செய்ற இந்தத் தொழிலில் எங்ககிட்ட எப்-போதும் ஒரு நேர்மை இருக்கும். தொழிலுக்கு உரிய மரியாதை இருக்கும்” என்-கிறார் திருநங்கை ஆவுடையம்மாள்.

“நாங்க சரியா ஆடாவிட்டால் சனங்க சத்தம் போடுவாங்க. கல்லை எடுத்து எறியப்போறோம்னு சொல்லுவாங்க. சரியா ஆடலான்னா காசு என்ன சும்மா வருதா? இனிமே இந்த ஆளுங்கள கூப்பிடக் கூடாதுன்னு சொல்லுவாங்க. இதை எல்லாம் அனுசரிச்சுத்தான் ஆடணும். சில நேரங்களில் இரண்டு பெண்கள் மட்டும் இருப்போம். ஒவ்வொரு பாட்டுக்கும் போய் துணி மாத்தறது ரொம்ப கஷ்-டமா இருக்கும். ஒரு நாளைக்கு முப்பது பாட்டு போட்டாங்கன்னா 20, 25 பாட்-டுக்கு நான் ஒருத்தியே ஆடற மாதிரி வரும். அதில் அடிக்கடிப் போய் துணி மாத்திக்கிட்டு வர்றதும் கஷ்டமா போயிடும். அதனால மூணு துணிய ஒண்ணு மேல ஒண்ணு போட்டுக்கிட்டு வந்து ஆடுவேன். எப்பவாவது இடையில் ஆம்ப-ளைப்பாட்டும் போடுவாங்க. அந்த நேரத்திலயும் போய் துணி மாத்திக்கிட்டு வரு-வேன்.

துணி மாத்தறதுக்கு எல்லா ஊர்லயும் வசதி இருக்கும் என்று சொல்ல முடி-யாது. சில ஊர்களில் இருக்கும். சில ஊர்களில் நாங்களே துணி மறைவு கட்டிக்-கிட்டுதான் துணி மாத்தவேண்டியிருக்கும். அப்போ சந்துல, பொந்துல எட்டி எட்-டிப் பார்ப்பாங்க. சங்கடமா இருக்கும். ஒவ்வொரு பாட்டுக்கும் ஏத்த மாதிரி துணி மணியை நான் வாங்கி வச்சிருப்பேன். இந்த மாதிரி ஆடறதுக்குத் தனியா பயிற்சி எடுத்துக்கிட்டது கிடையாது. புது பாட்டு என்றால் ஆம்பளைங்கதான் கத்துக்கிட்டு வந்து ஆடுவாங்க. நான் அவங்களோடு சேர்ந்து ஆடி ஆடிக் கத்துக்குவேன். எங்களுக்கு வயசானாலும் எங்களால ஆடமுடியும். ஆனா கூப்பிட மாட்டாங்க. அதனால அதுக்குள்ள சம்பாதிச்சு கடைசிகால வாழ்க்கையை நிம்மதியா அமைச்-சுக்கணும்” என்கிறார் திருநங்கைகுழந்தையம்மா.

நடனம் திருநங்கைகளின் வாழ்வில் பொருளாதார ஆதாரம் என்றப் போதும் நடன நிகழ்வில் அவர்கள் படும் துயரமும் அதிகமாகும். இவர்கள் கரகாட்டம் போன்ற நடனங்கள் ஆடச் செல்லும் பகுதியில் உள்ள சிலர் போதை அடித்து- விட்டு உடன் ஆடுவது, பாலியல் தொந்தரவுகள் செய்வது, சீண்டல்கள், கிண்- டல்கள், கேலிகள் போன்ற பல தொந்தரவுகள் இருப்பதாகக் கூறுகின்றனர். இக்- காலத்தில் பாரம்பரிய நடனங்களைவிட திரைப்பட பாடல்களுக்கு ஆபாசமான உடையுடன் ஆடச்செய்வது என்பது மிகவும் அதிகரித்துக் கொண்டே செல்கிறது. திருநங்கைகள் மானத்துடன் தொழில் செய்து பிழைத்துக் கொள்ளலாம் என்றாலும் சமூகத்தில் பலர் அதை விடுவதில்லை. திருநங்கைகள் என்பவர்களும் மனிதர்கள் தான் என்ற நோக்கில் அவர்களின் பார்வை அமைவதில்லை. அவர்களின் பார்- வையில் திருநங்கைகள் என்பவர்கள் பாலியலுக்கு என்று படைக்கப்பட்டவர்களாக பார்க்கின்றனர் என்பதே அறியப்படுகிறது.

பாடல்கள்

நடனம் தவிர இறப்பு வீடுகளில் இறந்தவர் குறித்து பாடும் ஒப்பாரி பாடல்களில் பாடுவதற்கும் திருநங்கைகளை அழைக்கின்றனர். திருநங்கைகளுக்கு நல்ல குரல் வளம் இருக்கிறது. அவர்கள் துக்க வீடுகளில் ஒப்பாரி பாடல்களைப் பாடுகின்- றனர். கூச்சசுபாவம் இன்றி ஆண் பெண் இருபாலருடனும் சகஜமாக கலந்து பழகும் தன்மை, பெண்கள் இத்தொழிலில் ஈடுபடாமல் இருப்பது போன்றவைகளை திருநங்கைகள் இத்துறையில் நிறைந்து காணப்பட காரணமாக அமைகிறது.

இறப்பு நிகழ்வை மட்டை என்று அழைக்கின்றனர். அதற்குக் காரணம் "இறந்- தவர்கள் உடலை தென்னங்கீற்றால் வேய்ந்த பாடையில் கிடத்திக் கொண்டு செல்- வதால் அந்தக்கீற்றை மட்டை என பொருள்படும் வகையில் மட்டை என்று அழைக்கிறோம்" என்கிறார் திருநங்கை ஆவுடையம்மாள்.

ஒப்பாரி பாடல்கள் பாடி, இழப்பில் வாடும் உறவினர்கள், நண்பர்கள் சோகத்தை தீர்ப்பதில் திருநங்கைகளுக்கு பெரும் பங்கு இருக்கிறது. திருநங்கைகளுக்கு உரிய குரல் வளம், கற்பனைத்திறன். தன் வீட்டு இழப்பு போல் பாவித்து அழுது பாடும் தன்மை போன்றவை திருநங்கைகளின் ஒப்பாரி பாடலுக்கு மெருகு ஏற்றுகிறது. "இறப்பு நிகழும் போது அவருடைய குடும்பத்தினர் ஒப்பாரி பாடும் திருநங்கை வீட்டுக்குச் சென்று தகவலை சொல்கிறார்கள். உடனே துக்க வீட்டுக்குச் சென்று- விடும் நாங்கள் ஏற்கனவே வடிவமைத்துப் பாடிக்கொண்டிருக்கும் பாடலில் அவரு- டைய விவரங்களைப் பொருத்தி சோகமாக ஒப்பாரியுடன் பாடுவோம். இறந்தவரின் அருமை பெருமைகளை அனைவரும் அறிந்து அவருக்கு அஞ்சலி செலுத்- தும் விதத்தில் இந்தப் பாடல் அமையும். அப்பாடல்கள் அவரின் இறுதிச்சடங்கு- கள் முடியும்வரை பாடுவோம்". இதற்கான ஊதியமாக 300 முதல் 1000 வரை கிடைக்கும் என்கிறார் திருநங்கைகுழலி. திருநங்கைகள் கோவில் திருவிழாக்-

ளில் பக்திப்பாடல்கள் பாடியும் பணம் சம்பாதிக்கின்றனர். ஒரு சில இடங்களில் நல்லதங்காள் கதை, பொன்னர் சங்கர் போன்ற கதைப் பாடல்;களைப் பாடியும் வருகின்றனர். இந்தப் பாடல்கள் கூட ஒரு திருநங்கையிலிருந்து மற்றோர் திரு-நங்கைக்கு கற்றுத் தரப்படுகிறது. பரம்பரைத் தொழில் என்று கூட கூறலாம்.

பிறத்தொழில்கள்

பாலியல் தொழில், கடை கேட்டல், பிறந்த இறந்த ஆடிபாடி பணம் சேகரித்தல் மட்டும் அல்லாமல் திருநங்கைகள் வேறு தொழில்களிலும் ஈடுபட்டு தங்கள் வாழ்க்கையை நடத்துகின்றனர். சில திருநங்கைகள் காய்கறி வியாபாரம், கீரை, தேங்காய் வியாபாரம் பண்றாங்க. இதன் மூலம் அவர்கள் பிழைப்பு நடக்கிறது. ஆனால் இப்போ மக்கள் பெரிய பெரிய கடைகளில் பிளாஸ்டிக் பைபோட்டு பேக் செய்து விக்கிறதை வாங்க ஆரம்பித்துவிட்டார்கள். அதனால் அந்தக் கடைக-ளுக்கு செல்ல முடியாதவர்கள் மட்டுமே இவர்களிடம் வாங்குகின்றனர். அதனால் காய்கறி வியாபாரத்தில் முன்னமாதிரி இப்போ வருமானம் இல்லை என்கிறார் திருநங்கை பூஜா.

ஒரு சில திருநங்கைகள் கல்லு, மண்ணு தூக்கறதுக்கும், ஜல்லி ஒடைக்க-றதுக்கும் போறாங்க. ஆனால் அங்கு வேலை செய்யும் ஆண்களால் பாலியல் தொழிலுக்கும் உட்படுகின்றனர். இதனை "மேஸ்திரி என்னை பாலியல் தொழி-லுக்கு வழக்கம் போல கூப்பிட்டாரு நான் உடம்பு சரியில்லை வரலை என்றதும் போயிட்டாரு. மேஸ்திரிய பகைச்சிக்கிட்டா வேலை செய்ய முடியாது. அதனால் நாங்க கஷ்டப்பட்டு வேலை செய்து வாழ வேண்டும் என்று நினைத்தாரும் அந்த நினைப்புக்கு நாங்க விலையாக பாலியலில் ஈடுபட்டுதான் ஆக வேண்டி உள்ளது" என்கிறார் திருநங்கை மகேஸ்வரி.

கம்பெனியில் திருநங்கை என்று யாருக்கும் சொல்லாமல் பெண் என்ற நோக்-கிலும் பல திருநங்கைகள் வேலை செய்கின்றனர். அங்கும் பாலியல் தொந்தர-வுகள் அவர்களை நிலையாக வேலை செய்யவிடவில்லை. "பெரிய கம்பெனியில் தான் நான் வேலை பார்த்தேன். ஐந்து பெண்கள் மீதம் எல்லாம் ஆம்பளங்-கள் தான். நான் திருநங்கை என்பது அங்க யாருக்கும் தெரியாது. பெண்ணா-தான் எல்லாரும் பார்த்தாங்க. நானும் அப்படியே நடந்துகிட்டேன். மேனேஜர் ஆசைப்பட்டு என்மேல கைவைக்க வந்தாரு ஆனால் நான் அதையெல்லாம் தவிர்த்துகிட்டு வந்தேன். ஒரு நாள் ரொம்ப எல்லை மீறி நடக்க ஆரம்பிச்சாரு. உடனே எனக்கு அழுகை தான் வந்தது. நீயும் வேண்டாம் உன் வேலையும் வேண்டாம் என வந்துட்டேன். பின் அக்கா கூட சேர்ந்து பூ கட்டி வித்தேன். எங்க வீடு இருக்கும் தெருவில் இருக்கும் இன்னொரு கம்பெனிக்காரர் என்னை ஏன் வேலைக்கு போகாமல் இப்படி பூவித்துக்கிட்டு இருக்கேன் என்று கேட்டாரு. அதற்கு நான் சம்பளம் பத்தல அதனால நின்னுட்டேன் என்றேன். அதற்கு அவர்

நான் சேர்த்து தருகிறேன் எங்க கம்பெனிக்கு வேலைக்கு வருகிறாயா? என்றார். உடன் வேலைக்கு சேர்ந்தேன். அவர் என்னை ஒரு அப்பா மாதிரி பார்த்துட்டாரு. அப்போதுதான் எனக்கு மனதிலே பட்டது. 'கெட்டவங்க மத்தியில நல்லவங்களும் இருக்கத்தான் செய்யறாங்க" என்கிறார் திருநங்கை விஜியா.

திருநங்கைகள் சிலபேர் கணினித்துறையில் வேலையில் இருக்கின்றனர். ஆனாலும் அங்கு மறைமுக பாலியல் தொந்தரவுகள் உள்ளன. திருநங்கைகள் தம்மை பாலியல் தொந்தரவு செய்பவர்களைப் பற்றிக் கூறினாலும் நம்புபவர்களின் எண்ணிக்கை குறைவாகவே உள்ளது. ஏனெனில் திருநங்கை என்றால் பாலியல் என்பதே மக்கள் மனதில் ஆழமாக பதிந்துள்ளது.

கல்வி கற்று தன் மனதை தன் கட்டுப்பாட்டுக்குள் வைத்து தம் நிலையில் நாம் உயரவேண்டும் என்று நினைத்து செயல்படும் திருநங்கைகள் விரல்விட்டு எண்ணக்கூடிய அளவில் தான் உள்ளனர். எடுத்துக்காட்டாக கூறவேண்டும் என்றால் கல்கி, பிரியாபாபு, வித்யா, ஆல்கா, லக்‌ஷ்யா, சங்கரி. ஸ்டெல்லா, ரேவதி, தேவி, மலைக்கா, ரோஸ் எனச் சிலரைக் குறிப்பிடலாம் .

கல்கி

அமரிக்க மாணவர்களுக்கு இந்திய கலாச்சாரத்தை கற்றுத் தருபவர். ஆஸ்தி-ரேலிய கலைஞருக்காக தமிழக கிராமிய இசை ஆய்வை மேற்கொண்டவர். ஆங்-கில நாடகங்களில் நடித்தவர். சர்வதேச நிறுவனம் ஒன்றில் கம்யூட்டர் சா;ப்ட்வேர் துறையில் ஆண்களுக்கே 'டிம் லீடராக' இருந்தவர். திருநங்கைகளுக்கான 'சகோ-தரி' இதழை நடத்துபவர். திருநங்கைகளுக்கான 'வானவில்' அமைப்பை ஆரம்-பித்து நடத்தி வருபவர். தமிழ், ஆங்கிலம் ஆகிய இரண்டு மொழிகளில் வல்லவர். எம்.ஏ இதழியல் முடித்துள்ளார். கம்ப்யூட்டர் துறையில் நிபுணத்துவம் பெற்றவர். இவ்வாறு எல்லாத் துறைகளிலும் சிறப்பு பெற்ற இவர் ஒரு திருநங்கை. இவரின் லட்சியம் என்றால் அவர் கூறுவது " இந்தியாவிற்காக பணியாற்ற என்னால் ஐக்-கிய நாட்டு சபை வரை செல்ல வேண்டும்" என்கிறார் திருநங்கை கல்கி.

ஆல்கா

பொது நிர்வாகத்தில் எம்.ஏ பட்டம், ஐந்து மொழிகளில் தேர்ச்சி, கவுன்சிலிங் துறையில் பல ஆண்டுகள் அனுபவம். பெண்களுக்கான அழகிப்போட்டியில் கலந்து கொண்டவர். மாடலிங்கில் புகழ்பெற்றவர். கம்ப்யூட்டர் துறையிலும் சிறந்-தவர். அனைத்து பெண்களுக்கும் முன் உதாரணமாக விளங்கும் இவர் ஒரு திரு-நங்கை. இவரின் மனக்கட்டுப்பாடு பற்றி "ஆண்கள் மீது ஈர்ப்பு ஏற்பட்டு கவனம் சிதறி நம் வளர்ச்சி தடைபட்டு விடுமோ என்ற கவலை எனக்கு ஏற்பட்ட போது நான் மாற்று வழியாக பெண்ணியம் சார்ந்த புத்தகங்களைப் படித்தேன். பிரச்சனை-களில் சிக்கிக் கொள்ளும் பெண்கள் மனவலிமை பெற்று அதில் இருந்து மீளும் வழிமுறைகள் பற்றி நான் படித்த புத்தகங்கள் எக்கச்சக்கம். புத்தகங்கள் எல்லாம்

என்னை மேன் மேலும் பக்குவப்படுத்தியது.

மனிதர்களுக்கு 16 வயதிலும், 60 வயதிலும் பசி. ஒரே மாதிரிதான் இருக்கும். ஆனால் செக்ஸ் பசி என்பது 20 25 வயதில் அதிகமாக இருக்கலாம். நாலைந்து வருடங்கள் அதற்கு முக்கியத்துவம் கொடுக்காமல் அடக்கத் தொடந்து கொண்-டால் அந்த ஆசையே குறைந்து விடும். ஆண் பெண்களுக்கு அது ஒருவேளை முதல் தேவையாக இருக்கலாம். எனக்கு அது கடைசி தேவைதான். திருமண ஆசை இப்போது இல்லை. வருங்காலம் ஒரு வேளை என் முடிவை மாற்றலாம். (பால சுயம்பு. திருநங்கை உலகத்து அதிசயங்கள் ப.38)

இவரின் இவ்வுணர்வை மற்றத்திருநங்கைகள் உணர்ந்து விட்டால் பாலியல் தான் வாழ்க்கை என்ற தன்மை மாறிவிடும் என்பது அறியப்பட்டது.

திருநங்கைகளின் அங்கீகாரம்

சமுதாயத்தில் தனக்கு என்று ஒரு நிலை உள்ளது என்பதற்கு அடையாளம் தான் வாக்காளர் உரிமை. இவ்வுரிமை பெறும் நிலையில் கூட திருநங்கைகளுக்கு சிக்கல்கள் இருந்தன. அதற்குக் காரணம் அவர்களை ஆணில் வைப்பதா அல்லது பெண்ணில் வைப்பதா என்பதே ஆகும். இதனால் பலகாலம் திருநங்கைகள் அவரவர் விருப்பத்திற்கு ஏற்ற வகையில் ஆண் அல்லது பெண் என்று பதிவு செய்து வந்தனர். இதை மாற்றி திருநங்கைகளை தனிப் பாலினமாக அறிவிக்க வேண்டும் என பல்வேறு தரப்பினரும் அமைப்புகளும் கோரிக்கை விடுத்து வந்தன. இதையெடுத்து. திருநங்கைகள் தங்களை பிற பாலினம் என பதிவு செய்து கொள்ள தேர்தல் கமிஷன் அனுமதித்துள்ளது.

இதுகுறித்துகமிஷன்வெளியிட்டுள்ளசெய்திக்குறிப்பு

"வாக்காளர் பட்டியலில் ஆண் அல்லது பெண் என பாலின வேறுபாடுகள் உள்ளது போல் பிறபாலினம் என்ற இடத்தில் தங்களது பெயரை அரவாணிகள் பதிவு செய்து கொள்ளலாம். வாக்காளர் பட்டியலைத்தவிர தேர்தல் கமிஷனால் பயன்படுத்தப்படும் இதர பல படிவங்களிலும் இதே நடைமுறைதான் பின்பற்றப்-டும். இவ்வாறு செய்திக்குறிப்பில் கூறப்பட்டுள்ளது." (தினமலர் நாளிதழ் 15.11.09) தேர்தல் ஆணையத்தின் இவ்முடிவின்படி திருநங்கைகள் ஆண், பெண் என்ற இரு வகைகளில் மட்டும் தங்கள் பாலினத்தை குறிப்பிட முடியும் என்ற நிலையை மாற்றி மூன்றாம் பாலினமாக 'மற்றவர்கள்' என்று குறிப்பிட்டு தங்களது தனித்த அடையாளத்தை நிலை நாட்டிக் கொள்ள முடியும். தேர்தலில் பங்கேற்கவும், கல்வி பயிலவும் வேலை வாய்ப்புகள் பெறவும் சமூகத்தில் மற்றவர்களுடன் கலந்து வாழ-வும் இவ்வங்கீகாரம் இவர்களுக்கு ஒரு வரப்பிரசாதமாக அமைந்துள்ளது.

உதவித்தொகை

தமிழக அரசு முதியோர் உதவித்தொகை, ஆதரவற்ற விதவை உதவித்-தொகை, முதிர்கன்னி உதவித்தொகை. மாற்றுத்திறனாளிகளுக்கான உதவித்-

தொகை உட்பட பல்வேறு உதவிகளை வழங்கி வருகிறது. திருநங்கைகள் இப்-பட்டியலில் இடம் பெறவில்லை எனினும் "60 வயதை கடந்த ஆதரவற்ற திருநங்கைகளுக்கு மாதம் ரூ.500 - உதவித்தொகை வழங்க அரசு உத்தரவிட்-டுள்ளது. சம்மந்தப்பட்ட மாவட்ட நிர்வாகத்தில் விண்ணப்பித்து தகுதியுள்ள திரு-நங்கைகள் உதவித்தொகை பெற்றுக் கொள்ளலாம்" என (14.01.2011 தினமலர் நாளிதழிலில் செய்தி வெளியிடப்பட்டுள்ளது.

எனினும் அரசு திட்டங்கள் முழுமையாக பல திருநங்கைகளுக்கு சென்று சேர்-வதில்லை என்பதே உண்மை ஆகும்

தொகுப்புவீடுகள்

தமிழகத்தில் "திருநங்கைகள் நலவாரியம்" அரசால் அமைக்கப்பட்டுள்ளது. பின் 2008 ல் 382 திருநங்கைகளுக்கு தொகுப்பு வீடுகள் வழங்கும் திட்டம் துவங்கப்-பட்டது. இதில் திருவண்ணாமலை, சிவகங்கை, திருச்சி, தஞ்சை, கரூர், புதுக்-கோட்டை, ஈரோடு, கிருஷ்ணகிரி, கோவை, தூத்துக்குடி ஆகிய மாவட்டங்களில் திருநங்கைகளுக்கு தொகுப்பு வீடுகள் கட்டித்தரப்படும் என அரசு அறிவித்தது.

குடும்ப அட்டை, அடையாள அட்டை வைத்திருக்கும் திருநங்கைகள் 50 ஆயிரம் செலுத்தி வீடுகளைப் பெற்றுக் கொள்ளலாம் என அறிவிக்கப்பட்டது. திருநங்கைகளுக்கான தொகுப்பு வீடுகள் கட்டும் பணிகளை அந்தந்த மாவட்ட நிர்வாகம் கவனிக்க உத்தரவிடப்பட்டது. திருநங்கைகளும் ஒரே தவணையில் மொத்த கட்டணத்தையும் செலுத்துவதற்கு தயாராக இருந்தனா; ஆனால். தொகுப்பு வீடுகள் கட்டுவதற்கு அத்தொகை போதுமானதாக இல்லை என. அந்-தந்தப்பகுதி ஒப்பந்ததாரர்கள் தெரிவித்துவிட்டன ர், இதனால் தொகுப்பு வீடுகளுக்-கான கட்டணம் 50 ஆயிரத்திலிருந்து 75 ஆயிரமாக உயர்த்தப்பட்டது, இதனால். தொகுப்பு வீடுகளுக்கு விண்ணப்பித்திருந்த திருநங்கைகளின்எண்ணிக்கை 133 ஆக குறைந்தது,

2010 ல் கட்டுமானப்பொருட்களில் விலை உயா;ந்ததால் தொகுப்பு வீடுகள் கட்டுவதற்கு 1.25 இலட்சம் செலவாகும் என ஒப்பந்ததாரார்கள் தெரிவித்தனர். அதன்பின்புதிய அரசு வந்தவுடன்திருநங்கைகளுக்கு வீடுகள் கட்டும்திட்டம் விரைவாக செயல்படுத்தப்படும் என அறிவிக்கப்பட்டது. ஆனால் இன்று வரை இத்திட்டம் கிடப்பில் உள்ளது, இது குறித்து திருநங்கைகள் கூறியதாவது. தொகுப்பு வீடுகள் கட்டும் திட்டம் அறிவிக்கப்பட்டது எங்கள் வாழ்க்கையில் புதிய மாற்றம் ஏற்படபோகிறது என நினைத்தோம் தமிழகத்தில் பல்வேறு சமூகமாற்றங்கள் நிகழ்ந்-தாலும், இன்றுவரை திருநங்கைகள் எங்களுக்கு வீடு கிடைப்பது அரிதாகவே உள்ளது. அப்படி கிடைத்தாலும் கிராமப்புறங்களில் பல ஆயிரக்கணக்கிலும் மாநகர பகுதிகளில் லட்சக்கணக்கிலும் முன்பணம் செலுத்த வேண்டிய சூழ்நிலை உள்ளது. பல திருநங்கைகள் சுயதொழில் புரிந்து நல்ல வாழ்க்கை வாழ வேண்டும்

என முயற்சி செய்கின்றனர். அதற்கு அரசு உறுதுணையாக இருக்கும் என எதிர்பார்த்தோம். ஆனால் எங்கள் கனவு இன்று வரை நிறைவேறவில்லை. அதிகாரிகள் கோப்புகளை நகர்த்துவதற்கு பல ஆண்டுகள் எடுத்துக் கொள்கின்றனர். இதனால் வீடுகளின் விலையும் உயர்கிறது. தற்போது அரசின் முடிவுக்காக காத்திருக்கிறோம் என கூறினர்.

இதுகுறித்து அதிகாரிகள் கூறுகையில் "ஒப்பந்தாக்காரர்கள் விலை உயர்த்தியதால் தாமதம் ஏற்பட்டது. அவர்கள் முன் வைக்கும் விலை குறித்து நிதி அமைச்சகத்திடம் அனுமதி பெறவேண்டும் அதனால் தாமதம் ஏற்பட்டது. மற்றபடி திட்டத்தை கிடப்பில் போடவில்லை. விரைவில் அனைத்து வீடுகளையும் கட்டி முடித்து திருநங்கைகளிடம் ஒப்படைப்போம் என்றனர். "(செய்தி தினமலர் நாளிதழ்) அதிகாரிகளின் செயல் வேகத்திற்காக திருநங்கைகள் அவர்களின்கனவு இல்லத்திற்காக எதிர் நோக்கிக் கொண்டு உள்ளனர் .

திருநங்கைதேர்தலில்போட்டி

வால்பாறை நகராட்சி வார்டு கவுன்சிலர் தேர்தலில் முதன்முறையாக திருநங்கை போட்டியிட்டார். வால்பாறை அடுத்துள்ளது முத்துமுடி எஸ்டேட். இங்கு தொழிலாளியாக வேலை செய்து வருபவர் பென்னி (45) திருநங்கையான இவர்; உள்ளாட்சி தேர்தலில் வால்பாறை நகராட்சியில் 13 வது வார்டில் சுயேட்சையாக போட்டியிட வேட்புமனு தாக்கல் செய்துள்ளார். அவர் கூறியது "மக்களுக்கு என்னால் முடிந்த உதவி செய்ய வேண்டும் என்ற நோக்கத்தில் இந்த தேர்தலில் போட்டியிடுகின்றேன். அரசு நலத்திட்டங்கள் தேயிலை தோட்ட தொழிலாளர்களுக்கு முழு அளவில் பயன்பெற அவர்களுக்கு உதவுவேன். நான் வெற்றி பெற்றால் எனது வார்டு மக்களுக்கு தேவையான அடிப்படை வசதிகள் செய்துதரப்படுவேன்" என்றார் திருநங்கை பென்னி.

சட்டவிழிப்புணர்வுமுகாம்

கோவை மாவட்ட சட்டப்பணிகள் ஆணைக்குழு. மாவட்ட திருநங்கைகள் தாய் விழுதுகள் அறக்கட்டளை சார்பில் திருநங்கைகளுக்கான சட்ட விழிப்புணர்வு முகாம், மாநகராட்சி கலையரங்கில் கூனவாp 22.01.2010 அன்று நடைபெற்றது. இதில் பங்கேற்ற மாவட்ட தலைமை நீதிபதி எஸ்.பாஸ்கரன் பேசும் போது "கோவை மாவட்டத்தில் 2500 திருநங்கைகள் இருப்பதாக கூறுகின்றனர் ஆனால் இந்தக்கூட்டத்தில் அவர்களின் எண்ணிக்கை குறைவாக உள்ளது இருந்தாலும் இங்கு வந்தவர்கள் இங்கு கூறப்படும் கருத்துக்களை கேட்டு மற்ற திருநங்கைகளுக்கு விழிப்புணர்வு ஏற்படுத்த வேண்டும்.

மனித உரிமைகள் என்பது அனைவருக்கும் பொதுவானதுதான். அது அவர்கள் சார்ந்து இருக்கும் பாலினத்தையோ அல்லது சமூக அந்தஸ்தையோ பொறுத்து அமையாது. கண் குருடாகவோ, காது செவிடாகவோ, கால் ஊனமாகவோ இருப்-

பது போல் இயற்கை காரணமாக திருநங்கைகள் உருவாகி உள்ளனர். இது பெரிய குறை அல்ல. இந்திய அரசியல் அமைப்புச் சட்டப்படி மனித உரிமை அனைவருக்கும் பொதுவானதாகும். திருநங்கைகள் பல்வேறு மனித உரிமை மீறல்களுக்கு ஆளாகின்றனர். அவர்களை பாதுகாப்பது என்பது நம் ஒவ்வொருவரின் கடமையாகும். கோவை மாவட்ட சட்டப்பணி ஆணைக்குழு திருநங்கைகளின் உரிமைகளை பாதுகாக்க போதுமான ஆதரவினை அளிக்கும். அவர்கள் உரிமைகளைப் பெற உதவி செய்யும் என்றார். மேலும் தற்போது திருநங்கைகளுக்கு இடவசதி, வங்கிக்கடன் வசதி கேட்டு கோரிக்கை வைத்துள்ளனர். இந்த வசதிகள் கிடைக்கும் போது அவர்கள் சுய தொழில் செய்து வருமானத்தை ஈட்டுவதற்கு வாய்ப்பு ஏற்படும் என்கின்றனர். ஆகவே இந்த வசதிகளை பெறுவதற்கு நாங்கள் நடவடிக்கை மேற்கொள்வோம். மேலும் திருநங்கைகளுக்கு ஏதாவது பிரச்சனை என்றால் நீதிமன்ற வளாகத்தில் செயல்படும் இலவச சட்ட உதவி மையத்தை அணுகி தெரிவிக்கலாம். அதற்கு உடனடியாக நடவடிக்கை எடுக்கப்படும்" என்றார்.

கோவை மாவட்ட திருநங்கைகள் தாய்விழுதுகள் அமைப்பின் தலைவர் எம்.சங்கீதா பேசும் போது "தாய் விழுதுகள் அமைப்பின் மூலம் திருநங்கையரிடம் பொதிந்து கிடக்கும் சமையல்கலை, அழகுக்கலை, ஒளிப்பதிவு போன்ற திறன்களை வெளிக்கொணரும் வகையில் பல்வேறு பயிற்சிகள் வழங்கப்படுகிறது. அவர்களிடையே ஆரோக்கியம் சார்ந்த பழக்க வழக்கங்களை மேம்படுத்தவும் பயிற்சி வழங்கப்படுகிறது. இந்தப்பயிற்சிகள் மூலம் அவர்களிடத்தில் சமூக கட்டுப்பாட்டினை ஏற்படுத்தி சமூகத்தில் மதிப்பான வாழ்வை வாழ வழிவகை செய்யப்படுகிறது. கோவை மாவட்டத்தில் 150 திருநங்கையர் ரேஷன் அட்டை பெற்றுள்ளனர். 320 பேர் சமூக நலத்துறை மூலம் அடையாள அட்டை பெற்றுள்ளனர். 20 பேர் கொண்ட குழுவினர் சமூக நலத்துறை மூலம் ரூ.2 இலட்சம் உதவி பெற்று பிரியாணிக் கடை வைத்துள்ளோம்" என்று அவர்களின் அமைப்பின் செயல்கள் மூலம் திருநங்கைகள் பெற்ற சமூக மதிப்புகளை எடுத்துக் கூறினார்.

இம்முகாமில் வெடிகுண்டு வழக்குகள் நீதிமன்ற சிறப்பு நீதிபதி கே. கணேஷ்., நீதித்துறை நடுவர், நீதிமன்ற நடுவர்கள், எஸ்.எஸ்.சத்தியமூர்த்தி, ஏ. சுந்தரி. எஸ்.செல்லபாண்டியன், மாவட்ட சட்டப்பணிகள் ஆணைக்குழு சார்பு நீதிபதி. ஜி.மகிழேந்தி, மாவட்ட சமூக நலத்துறை அலுவலர் எம்.ராஜேஸ்வரி, சென்னை, தாய் திட்ட மேலாளர் விஜய ராமன் கலந்து கொண்டனர். இம்முகாம் திருநங்கைகளுக்கு சட்டம் மற்றும் கடன் உதவி பெறுதல் மற்றும் தங்கள் தேவைகளுக்கு யாரை அணுக வேண்டும் என்ற விழிப்புணர்வைப் பெற்றனர். (களப்பணி சு.முனியப்பன்)

மருத்துவம்காப்பீட்டுதிட்டம்

தமிழக அரசு சட்ட ரீதியான பால் மாற்று அறுவை சிகிச்சை செய்து கொள்ள அங்கீகாரம் அளித்து திருநங்கைகளின் வாழ்வில் ஒளியேற்றி வைத்துள்ளது. இதுவரை கசாப்புக் கடைகளுக்கு இணையாக உயிர்போகும் வலியுடன் முற்றிலும் சுகாதாரமற்ற சூழ்நிலையில் சட்டத்திற்குப் புறம்பாக உயிருக்கு எவ்வித உத்தரவாதமின்றி கேவலமான முறையில் நடத்தப்பட்டு வந்த உறுப்பு அறுப்பு சிகிச்சை, இனி அரசு பொது மருத்துவமனைகளிலும், தனியார் மருத்துவமனைகளிலும் சுகாதாரமான முறைகளில் தக்க சோதனைகளுக்குப்பிறகு நூறு சதவிகிதப் பாதுகாப்புடன் பாலின மாற்று அறுவை சிகிச்சை செய்து கொள்ள முடியும்.

ஏற்கனவே தங்களை உடலால் ஆணாகவும், மனதளவில் பெண்ணாகவும் வாழ்ந்து வரும் திருநங்கைகள் தங்களின் மனவலியுடன் கொடூரமான உடல்வலியையும் அனுபவித்துக் கொண்டிருந்த நிலைக்கு முற்றுப்புள்ளி வைத்து தங்களின் இருத்தலை கௌரவமான முறையில் வெளிப்படுத்திக் கொள்ள வழி செய்துள்ள இச்சட்டம் மேன்மைக்குரியதாகும். மேலும் தமிழக அரசின், 'கலைஞர் காப்பீட்டுத் திட்டம்' இவர்களுக்குப் பிற மருத்துவ வசதிகளை வழங்கும் பாதுகாப்பை உறுதி செய்துள்ளது. இக்கலைஞர் காப்பீட்டுத் திட்;டத்தைப் பற்றியும் அதைப் பெற்ற திருநங்கைகள் பற்றியும் தினமலர் நாளிதழில் "கலைஞர் காப்பீட்டுத் திட்டத்திற்காக புகைப்படம், கைரேகை பதிய நடந்த முகாமில் ஏராளமான அரவாணிகள் குவிந்தனர். அரவாணிகள் வாழ்க்கை உயர பலவகைத் திட்டங்கள் செயல்படுத்தப்படுகின்றன. அவர்களுக்கு இலவசக்கல்வி, மருத்துவவசதி, பாலினம் மாற்றிக்கொள்ள இலவச அறுவை சிகிச்சை உட்பட பல சலுகைகளை மாநில அரசு வழங்கியுள்ளது. தற்போது உயிர்காக்கும் உயர் சிகிச்சை திட்டத்திலும் அவர்கள் சேர்க்கப்பட்டுள்ளனர்.

அரவாணிகளுக்காக புகைப்படம் கைரேகை எடுக்கும் சிறப்பு முகாம் சென்னை கலெக்டர் அலுவலகத்தில் நடந்தது. முகாமை கலெக்டர் ஷோபனா துவக்கி வைத்தார். 350 அரவாணிகள் கலந்து கொண்டனர். என்ற செய்தி (தினமலர் 17.11.2009) வெளிவந்துள்ளது.

இணையதளம்

திருநங்கைகளின் திருமணத்திற்காக இணையதளம் தொடங்கி நடத்திக்கொண்டிருக்கும் திருநங்கை கல்கியிடம் இணைய தளம் பற்றி வினா எழுப்பிய போது அதற்கு அவர் "கடந்த 2009 ம் ஆண்டு Thirunangai.Net என்ற இணையம் தொடங்கப்பட்டது. திருநங்கைகளை மணக்க விரும்புவோர் தங்களின் விவரங்களை இதில் பதிவு செய்யலாம். பல நாடுகளில் இருந்து 800 விண்ணப்பங்கள் வந்துள்ளன. ஆனால் இவர்கள் யாரும் நேரில் வந்து தங்களை அறிமுகம் செய்து கொள்ள முன்வரவில்லை.

இதற்கு முன் என் தோழிகளை திருமணம் செய்த பலர் பின்னாளில் அவர்-களை கைவிட்டுவிட்டனர். பல நேரங்களில் அவர்கள் உணர்வுப் பூர்வமான மிரட்-டல் செய்யப்பட்டனர். பணம் கொடுத்தால் தான் இருப்பேன் இல்லாவிட்டால் போய்விடுவேன் என்று துன்புறுத்தப்பட்டனர். இப்படியான இக்கட்டான சூழலில்-தான் பல திருநங்கைகள் பாலியல் தொழிலுக்கு தள்ளப்படுகின்றனர். ஒரு முகமூடி அணிந்த சமூகம் எங்களிடம் தொடர்ந்து பாலியல் சுரண்டலை நடத்திவருகிறது. சவுமியா என்ற என் 26 வயது திருநங்கை தோழி ஒருவனை ஏழு ஆண்டு-களாக காதலித்து திருமணம் செய்தாள். திருமணம் நடந்த ஒரு வாரத்திற்குள் அவளின் எல்லாப் பொருட்களையும் அள்ளிச் சென்று விட்டான். இதற்காக நாங்-கள் போலீஸ் ஸ்டேசன், கோர்ட் படி ஏற முடியாது. எங்களின் பாதுகாப்பிற்கென இங்கு ஒரே ஒரு சட்டம் கூட இயற்றப்படவில்லை.

ஒருவருக்கு காதலியாகவோ, மனைவியாகவே, தாயாகவோ இருக்க ஆசைப்-படுகிறோம். ஆனால் அதற்கு நாங்கள் தரும் விலை அதிகம். பத்தில் ஏழு திரு-நங்கைகளுக்கு காதலால், அன்பால் வஞ்சிக்கப்பட்ட கதைகள் உள்ளன. இந்த நிலை மாற வேண்டும் எனறு தொடங்கப்பட்டதுதான் 'திருநங்கைகள் நெட்' என்ற மணமகள் தேடும் இணையம்.

கேலி, கிண்டல்களைத்தாண்டி ஆழமான அன்புடன் எங்களுடன் இரண்டறக் கலந்துவிடத்துடிக்கும் எத்தனையோ ஆண்மனம் இருக்கத்தான் செய்கிறது. அந்த நல்ல உள்ளங்கள் எங்களைத் தேடி அடைவதற்கான வழிதான் இந்த இணையம்' என்று கூறியத்தன்மையில் அன்பிற்காக திருநங்கைகள் இச்சமூகத்தில் எத்தனை இழப்புகளை சந்திக்கின்றனர் என்பதை எடுத்துக்காட்டினார்.

திருநங்கைகளுக்காக பாடுபடும் இதே திருநங்கை கல்கி அவர்கள் 1.09.2011 தினமலர் நாளிதழில் "திருநங்கை நலவாரியம் சரியாக செயல்படவில்லை என சகோதரி அமைப்பின் தலைவர் கல்கி குற்றம் சாட்டியுள்ளார்.

கடந்த தி.மு.க ஆட்சியில் அமைக்கப்பட்ட திருநங்கைகள் நலவாரியத்தின் செயல்பாடுகள் சமீப காலமாக சரியில்லை என்ற குற்றச்சாட்;டு எழுந்துள்ளது.

இது தொடர்பாக சகோதரி அமைப்பின் தலைவர் கல்கி கூறியதாவது:

தமிழகத்தில் ஒரு லட்சம் திருநங்கைகளாவது இருப்பர். இதில் வீட்டை விட்டு வெளியே வந்து தங்களை திருநங்கை என தைரியமாக அறிவித்துக்கொண்டவர்-கள். 50 ஆயிரம் பேராவது இருப்பர். ஆனால் நல வாரியத்தின் கணக்கின்படி தமிழகம் முழுக்க 6000 திருநங்கைகள் மட்டும் தான் இருப்பதாக சொல்கின்-றனர். இது முற்றிலும் தவறானது. சென்னையில் இரண்டாயிரத்திற்கும் மேற்பட்ட திருநங்கைகள் இருக்கும் போது ஆயிரத்திற்கும் குறைவானவர்கள் மட்டும் தான் இருப்பதாக சொல்கின்றனர். இதனால் பெரும்பாலான திருநங்கைகளுக்கு ரேஷன் அட்டை கிடைப்பதில்லை. இதனால் அரசு வழங்கும் எந்தச் சலுகையும் திருநங்-

கைகளுக்கு கிடைப்பதில்லை.

ஆரம்பத்தில் விரைவாக செயல்பட்ட நலவாரியத்தின் தற்போதைய செயல்பா-டுகள் சரியில்லை. கடந்த ஆட்சியில் திருநங்கைகளில் கல்வி ,நல உதவிகள் வழங்கப்போவதாக அறிவித்தனர். ஆனால் அதில் ஒருவர்தான் பயனடைந்தார். அதுவும் ஆட்சி முடியும் போது அவசரமாக செயல்பட்டனர்.

திருநங்கைகள் வாழ்வில் முன்னேற்றம் அடைய கல்விதான் சரியான வழி. அந்தக்கல்வி எங்களுக்குச் சரியான முறையில் கிடைப்பதில்லை. எங்களுடைய கல்வி வளர்ச்சியில் நலவாரியம் போதிய அக்கறை காட்டவில்லை. சமுதாயக் கல்-லூரியில் எங்களுக்கு இடம் வேண்டும். திருநங்கைகளுக்கு தொழிற்பயிற்சி அளிக்க வேண்டும். அப்போது தான் அவர்களுக்கு சுயகாலில் நிற்கும் தன்னம்பிக்கை-யும்,வாழ்வில் முன்னேற வேண்டும் என்ற முனைப்பு வரும். ஆனால் திருநங்-கைகள் நலவாரியம் இது குறித்து ஆர்வம் காட்டவில்லை என கூறியுள்ளார். இவ்வாறு ஒவ்வொரு திருநங்கைகளுக்கும் அரசு ஏற்படுத்தித் தந்துள்ள நலத் திட்-டங்கள் தம்மிடம் சரியாக வந்து சேராத போது துணிந்து கேட்கும் தன்மையை வளர்த்துக் கொண்டால் திருநங்கைகள் சமுதாயத்தின் முக்கிய அங்கமாகத் திகழ்-வார்கள்.

கல்விமற்றும்வேலைவாய்ப்பு

சமுகத்திலிருந்து ஒதுங்கியே வாழ வேண்டிய நிலையிலிருந்து அன்றைய திரு-நங்கைகள் போல் அல்லாமல் இன்றைய திருநங்கைகள் கல்வி பெறுகிறார்கள் என்றாலும் குறிப்பிட்ட சிலர் மட்டுமே சமுதாயத்தில் தங்களுக்கு என்ற இடத்தைப் பிடித்துள்ளனர். அவர்களில் ரோஸ், ஆல்கா, லக்ஷயா, தேவி, மலைக்கா, கல்கி, லிவிங்ஸ்மெல், வித்யா போன்ற குறிப்பிட்ட சிலரை மட்டுமே கூறமுடிகிறது. சமு-தாயத்தில் உள்ள மக்கள் திருநங்கைகளும் உயிருள்ள மனிதர்கள் என்று நினைக்-கும் போது தான் திருநங்கைகள் கல்வியில் உயர்ந்த நிலையை அடைவார்கள்.

"அரசு வேலை வாய்ப்பில் திருநங்கைகளுக்கு இடஒதுக்கீடு வழங்க வேண்டும்" என்று கிராம நிர்வாக தேர்வை எழுதிய திருநங்கை காவியா வலியுறுத்தியுள்ளார். (தினமலர் நாளிதழ் 20.02.2011)

"வி.ஏ.ஓ தேர்வுக்காக பெண் பிரிவில் புகைப்படத்துடன் விண்ணப்பித்திருந்-தேன். செல்வகணேஷ் என்கிற காவியா என்றும், பெண் புகைப்படத்துடனும் தேர்வு எழுதுவதற்கான ஹால் டிக்கெட் வழங்கப்பட்டது. வி.ஏ.ஓ. நன்றாக எழுதியிருக்கி-றேன். இத்தேர்வில் வெற்றி பெறுவேன் என்ற நம்பிக்கை உள்ளது. வேலை அளிக்-கும் போது ஆணா,பெண்ணா என்பதில் பிரச்சனை ஏற்படலாம். அரசுத் தேர்வுக-ளில் திருநங்கைகளுக்கு இடஒதுக்கீடு அளிக்க வேண்டும். அதன் மூலமாக இது போன்ற பிரச்சனை ஏற்பட வாய்ப்பு இல்லாமல் போகும்.

பள்ளியில் படிக்கும் காலத்தில் இருந்தே பெண்ணைப் போல நடந்து கொண்-டேன். தபால் மூலமாக பி.ஏ (வரலாறு) படித்து தேர்ச்சி பெற்றேன். தட்டச்சுத் தேர்வில் தமிழ் மற்றும் ஆங்கிலத்தில் முதுநிலை தேர்ச்சி பெற்றிருக்கிறேன். சுருக்-கெழுத்திற்கும் இரு பிரிவுகளிலும் இளநிலை தேர்ச்சி பெற்றிருக்கிறேன். சுருக்கெ-ழுத்து தேர்வில் முதுநிலை தேர்ச்சி பெற வேண்டும் என்பதில் ஆர்வமாக இருக்-கிறேன். கோவை மாநகரில் சுருக்கெழுத்து பயிற்சி மையம் இல்லை. அருகிலுள்ள மருதமலையில் இந்த மையம் உள்ளது. தினமும் சென்று வர இயலாது என்ப-தால் சுருக்கெழுத்தில் முதுநிலை தேர்வு எழுதவேண்டும் என்ற எனது எண்ணம் கனவாகவே இருக்கிறது. கணினி முதுநிலை பட்டயப் படிப்பும் படித்திருக்கிறேன்.

தனியார் நிறுவனத்தில் வேலைக்குச் சென்றால் திருநங்கை என்பதால் பல்வேறு பிரச்சனைகள் ஏற்படுகின்றன. அதனால் உக்கடம் பகுதியில் பிரியாணிக் கடையில் வேலை செய்கிறேன். ஆண்டிப்பட்டியில் உள்ள ஆரோக்கியா அகத்தில் வாழ்வா-தார மேம்பாட்டுப் பயிற்சி பெற்றிருக்கிறேன். திருநங்கைகளுக்கு எய்ட்ஸ் விழிப்-புணர்வு ஏற்படுத்தி வருவதோடு, சமுதாயக் கமிட்டி உறுப்பினராக இருப்பதால் திருநங்கைகளுக்கு பல்வேறு பிரச்சனைகள் குறித்து அவர்களுக்கு கவுன்சிலிங் அளித்து வருகிறேன்.;. அரசு வேலை வாய்ப்பில் திருநங்கைகளுக்கு இடஒதுக்கீடு வழங்க அரசு முன்வர வேண்டும் என்றார்". (திருநங்கை காவியா)

திருநங்கை காவியாவின் கூற்றில் மனவலியை உணர முடிகிறது. கல்வித்த-குதியில் உயர்ந்து இருந்தாலும் வேலை செய்யும் இடத்தில் கொடுக்கும் பாலியல் நெருக்கடியால் கற்ற கல்விக்கு ஏற்ற வேலை பார்க்காமல் வயிற்றுப் பிழைப்புக்கு வேலை செய்ய வேண்டிய சூழ்நிலை உள்ளது. இந்நிலையில் இருந்து மீட்டெடுக்-கும் சக்தி அரசுக்கு மட்டுமே உள்ளது என்ற எதிர்பார்ப்பு உணர முடிகிறது.

சேலத்தில் சோனா கல்லூரி அருகே 'மென்மை பல்சுவை இட்லி சென்டர்' என்ற இட்லிக் கடையை திருநங்கைகள் தொடங்கியுள்ளனர் இங்கு இட்லிக்கு 4 வகையான சட்னி, சாம்பார், வழங்கப்படுகிறது. 4 இட்லி 15 ரூபாய்க்கு விற்-கப்படுகிறது. கையுறை அணிந்து சுகாதாரமான திருநங்கைகள் உணவு பரிமாறுதல் போன்ற காரணங்களால் இக்கடைக்கு ஏராளமான வாடிக்கையாளர்கள் வருகின்-றனர்.

இக்கடை குறித்து தாய் விழுதுகள் அறக்கட்டளை சேலம் மாவட்டத் தலைவர் கோபிகா "இட்லிக் கடைக்கு நாங்கள் எதிர்பார்த்ததை விட மக்கள் அதிக ஆதரவு அளித்துள்ளனர். காலை 6 மணி முதல் 10.30மணி வரையும், மாலை 5 மணி-யில் இருந்து இரவு 10.30 மணிவரையும் கடை செயல்படும். மாலையில் மஸ்ரூம் இட்லி, பன்னீர் இட்லி, கீரை இட்லி, கேரட் இட்லி, வெஜிடபிள் இட்லி என பலவிதமான புதிய இட்லி ரகங்களை அறிமுகம் செய்ய உள்ளோம். சமூகத்தில் மற்றவர்கள் ஏற்கும்படியான வாழ்க்கை நடத்தவே திருநங்கைகள் விரும்புகின்றனர்.

இதற்கு மக்கள் ஒத்துழைப்பு தர வேண்டும்' என்றார்.

தமிழகம் முழுவதும் திருநங்கைகளுக்கு தொழிற்பயிற்சி வழங்கும் திட்டத்தை தாய் அமைப்பு செயல்படுத்தியுள்ளது. திருப்பூரில் இத்திட்டம் துவங்கப்பட்;டது. அதில் 400 திருநங்கைகளுக்கு பேஷன் டிசைனிங் பயிற்சி வழங்குகின்றனர். தமி-ழகத்தில் திருநங்கைகளின் மேம்பாட்டுக்காக 'தாய்' எனும் தமிழ்நாடு தாய் விழு-துகள் அசோசியேசன் செயல்பட்டு வருகிறது. இந்த அமைப்பு தமிழகம் முழுவதும் திருநங்கைகளின் மேம்பாட்டுக்காக அவர்களுக்கு தொழிற்பயிற்சி வழங்க திட்ட-மிட்டுள்ளது. இதன் முதல் கட்டமாக திருப்பூரில் ஆயத்த ஆடை மேம்பாட்டுக் கழகத்துடன் இணைந்து தாய் அமைப்பு தொழிற்பயிற்சியை துவக்கியது. திருநங்-கைகளுக்கான பேஷன் டிசைனிங் தொழிற்பயிற்சி துவக்கவிழா திருப்பூர், சீசா கிளினிக்கில் நடந்தது. இதில் திருப்பூர் ஏற்றுமதியாளர்கள் சங்கத் தலைவர் சக்தி-வேல் தலைமை தாங்கி பயிற்சிகளை துவக்கி வைத்தார். இதில் தாய் அமைப்பின் நிர்வாகிகள் அருணா, சுதா மற்றும் திருநங்கைகள் கலந்து கொண்டனர்.

பயிற்சி அமைப்பு குறித்து தாய் அமைப்பின் நிர்வாகி சுதா "தமிழகம் முழு-வதும் 20 ஆயிரத்துக்கும் அதிகமான திருநங்கைகள் உள்ளனர். இவர்களின் நலன் பாதுகாக்கும் வகையில் தாய் அமைப்பு செயல்பட்டு வருகிறது. இவர்-களுக்காக தனி சிகிச்சை மையம் உள்ளிட்டவற்றை செயல்படுத்தியுள்ளோம். இதனைத் தொடர்ந்து திருநங்கைகளுக்கு தொழிற்பயிற்சி வழங்க திட்டமிடப்பட்-டுள்ளது. திருப்பூரில் இந்தப் பணிகளை துவக்குகிறோம். திருப்பூரில் 800 க்கும் அதிகமான திருநங்கைகள் உள்ளனர். அவர்களில் முதல் கட்டமாக 400 பேருக்கு பேஷன் டிசைனிங் பயிற்சி வழங்க திட்டமிட்டுள்ளோம். தாய் அமைப்பின் திட்ட இயக்குனரான லட்சுமிபாய் அவர்களின் முயற்சியால் பல்வேறு பணிகள் நடந்து வருகிறது. தொடர்ந்து கோவை, சேலம் உள்ளிட்ட அனைத்து பகுதிகளிலும் தொழிற்பயிற்சி வழங்க ஏற்பாடுகள் செய்யப்படும்" என்றார்.

திண்டுக்கல் மாவட்ட மகளிர் மேம்பாட்டு நிறுவனமும் பழனியிலுள்ள போகர் தொண்டு நிறுவனமும் இணைந்து பழனியில் வசித்து வரும் திருநங்கைகளுக்கு சமையல் கலை மற்றும் நாட்டுப்புற கலைகளில் பாடல், தப்பாட்டம், கோலாட்டம். ஓயிலாட்டம், கரகாட்டம், வீதிநாடகம் போன்ற கலைகளை கற்றுக் கொடுக்கின்-றனர்.

திருநங்கைகளின் திறன்வளர்ப்பு, பயிற்சியில் சமையல்கலைப் பயிற்சியில் திரு-நங்கைகளே தனியாக சிறு உணவகம் வைத்து நடத்தும் அளவிற்கு பயிற்சிகள் வழங்கப்படுகின்றது. எலுமிச்சம் சாதம், தயிர் சாதம், புளிச்சாதம், சாம்பார் சாதம், பொங்கல், புதினா சாதம், மல்லி சாதம் போன்றவை செய்யவும் இட்லி. தோசை. தயிர் சேமியா போன்ற சிற்றுண்டி வகைகளை சுத்தமாகவும் சுகாதாரமாகவும் எவ்-வாறு தயார் செய்து பொது மக்களிடம் வியாபார நோக்கில் எவ்வாறு விற்பனை

செய்வது என்பது தொடர்பாக பயிற்சி அளிக்கப்படுகிறது. இதன் மூலம் திரு-நங்கைகள் சமூகத்திலிருந்து விலகி இருக்காமல் சுயமாக வாழமுடியும். பயிற்சி முகாம் குறித்து போகர் தொண்டு நிறுவன இயக்குனர் கார்த்தியாயினி தினமலர் (02.09.10) நாளிதழில் கூறியுள்ளது, "திருநங்கைகள் சமுதாயத்திலிருந்து தனித்து வாழ்வதுடன் தங்களின் பொருளாதார தேவைக்காக பிச்சை எடுப்பது, பாலியல் தொழில் செய்வது போன்றவற்றில் ஈடுபடுகின்றார்கள். இதனால் அவர்கள் சமு-தாயத்தில் தங்களால் ஒரு நல்ல நிலையில் வாழ முடியும் என்றத்தன்னம்பிக்கை இல்லாமல் போய்விடுகிறது. இதைத் தவிர்க்க அவர்களுக்கு தன்னம்பிக்கை பயிற்சி அளிப்பதுடன் அவர்கள் விரும்பி செய்யும் வகையில் அவர்களுக்கு நாட்டுப்-புற கலைப்பயிற்சி வழங்கப்படுகிறது. இதனால் அவர்களின் நிலை, வாழ்வாதாரம் குறித்து விழிப்புணர்வு ஏற்படுவதுடன் சமுதாயத்தில் தங்களுக்கான ஒரு இடத்தில் நிற்க முடியும்.

இயற்கையாகவே திருநங்கைகள் சமையல் செய்வதில் ஆர்வமுள்ளவர்களாக உள்ளனர். அவர்களுக்கு இக்கலையை நல்ல முறையில் கற்பித்து தருவதன் மூலம் தங்களின் வாழ்க்கையை மேம்படுத்திக் கொள்ள வழி ஏற்படும். இதற்காக சமையல் கலை படித்த காந்தி என்பவர் மூலமும் நாட்டுப்புற கலைப் பயிற்சிகளில் தேர்ச்சி பெற்ற கலைஞர்கள் வீரப்பன், பிரபாகரன் மூலம் 15 நாட்கள் தினசரி காலை 10 மணி முதல் மாலை 5 மணி வரை பயிற்சி வழங்கப்படுகிறது. இப்பயிற்சியில் பழனியிலுள்ள 14 திருநங்கைகள் ஆர்வத்துடன் பங்கேற்று பயன்பெற்றுள்ளனர். திருநங்கைகள் 5 பேருக்கு 1 ½ சென்ட் வீதம் மயிலாடும்பாறை பகுதியில் இலவச வீட்டுமனைப்பட்டா வழங்கப்பட்டுள்ளது" என்று தெரிவித்துள்ளனர்.

திருச்சியில் அரசு மற்றும் தனியார் நிறுவனங்களில் ஆசிரியர் பயிற்சி படிப்பில் சேர்வதற்கான 2 ம் கட்ட கவுன்சிலிங் நடந்தது. இதில் தேனி மாவட்டம் தேரூர் கிராமத்தைச் சேர்ந்த பாண்டிஸ்வரன் என்ற பாரதி என்ற திருநங்கை கலந்து கொண்டார். இவர் கலைப்பிரிவில் ஆசிரியர் பயிற்சி படிக்க திருப்பூரில் உள்ள _ராமானந்தமூர்த்தி சுவாமிகள் ஆசிரியர் பயிற்சி நிறுவனத்தை தேர்வு செய்-தார். இதையடுத்து அவருக்கு அந்த கல்லூரியில் படிக்க அனுமதி வழங்கப்பட்-டது. இதுபற்றி பாண்டிஸ்வரன் என்கிற பாரதியிடம் கேட்ட போது "சமூகத்தில் திருநங்கைகள் பற்றிய எண்ணத்தை மாற்ற வேண்டும். இந்தக் கருத்து முதலில் மாணவர்களிடம் சென்றடைய வேண்டும். அதனால் ஆசிரியராக வேண்டும் என நினைத்தேன். முதல்வர் எங்களுக்கு நலவாரியம் அமைத்ததுடன் நாங்கள் விரும்-பும் பாடத்தை படிக்கவும் வழி செய்தார். அதன்படி ஆசிரியர் பயிற்சி நிறுவனத்தில் சேர்ந்துள்ளேன்" என்றார்.

திருநங்கைகள் கல்வியின் வேலைவாய்ப்புகள் மூலம் தம் சுயத்தை இழக்காமல் வாழ வேண்டும் என்பதற்காக போராடிக் கொண்டு இருக்கும் வாழ்வை வாழ்ந்து

கொண்டு இருக்கிறார்கள் என்பதை அறியலாம்.

கலைநிகழ்வும்விழிப்புணர்வும்

பொள்ளாச்சியில் தாய் விழுதுகள் அமைப்பு சார்பில் எய்ட்ஸ் விழிப்புணர்வு குறித்து திருநங்கைகள் தெரு கூத்து நிகழ்ச்சி நடைபெற்றது. இந்நிகழ்வு தாய் விழுதுகள் அறக்கட்டளையின் தலைவர் சங்கீதா தலைமையில் நடைபெற்றது. இந்நிகழ்ச்சியில் சென்னையைச் சேர்ந்த தாய் காவ்யா கலைக்குழுவினர் தப்பட்டை, கோலாட்டம் நடத்தினர். இதில் எய்ட்ஸ், பெண் சிசுக்கொலை பெண் கல்வி, வரதட்சணைக் கொடுமை, குழந்தை தொழிலாளர் ஒழிப்பு, காச நோய் உள்ளிட்டவை குறித்து விழிப்புணர்வை ஏற்படுத்தும் வகையில் பிரசாரம் செய்யப்பட்டு துண்டு பிரசுரங்கள் விநியோகிக்கப்பட்டன.

"தீராத வலி

தீர்ந்து போன வலி

தீர்க்க வேண்டிய வலி

மனதிற்காக உடலை

செதுக்கினால் பாவமா?

வாய்விட்டு பேசமுடியாத

மௌனியாகிறோம்!! (தமிழ்முரசு 27.04.10)

புண்பட்ட ஆன்மாவின் ரணங்களாக ஒலிக்கும் இந்த வரிகள் கவிதை அல்ல ஒப்பாரி. மனம் முழுவதும் பெண்மையின் உணர்வுகள் நிரம்பித் ததும்பும் போதுஇ உடலில் மட்டும் எப்படி ஆணின் அடையாளங்களோடு வாழமுடியும்? கருணையற்ற இந்த சமூகத்தின் பார்வையில் அவமானங்களைச் சுமந்து கொண்டு அலைகிறோம் என்கிற திருநங்கைகளின் வலி மிகுந்த உணர்வுகளை அவலக் காட்சிகளாக வெளிப்படுத்துகிறது. 'வலிஅறுப்பு' நாடகம்.

சமூகத்தில் ஒடுக்கப்பட்ட உழைக்கும் மக்களின் அறியாமையைப் போக்கும் பல விழிப்புணர்வு நாடகங்களை இயக்கியவர் பேராசிரியர் ராமசாமி. முழுவதும் திருநங்கையர்கள் மட்டுமே நடிக்கும் இந்த நாடகத்திற்கான ஒத்திகையில் இருந்த பேராசிரியர் ராமசாமியிடம் அவரின் அனுபவங்களை கேட்ட போது "எத்தனையோ சமூகக் கொடுமைகள் நம்மைச் சுற்றி நடந்து கொண்டிருக்கிறது. அதை எதிர்த்து போராடும் வலிமை இருப்பவர்கள் போராடுகிறார்கள். இல்லாதவர்கள் அடங்கிப் போகிறார்கள். இன்றைக்கு மூன்றாம் பாலினம் என்று சொல்லக் கூடிய திருநங்கைகளின் வாழ்க்கையும் மிக அவலமான நிலையில் இருக்கிறது. பெற்றவர்களாலும், உடன்பிறந்தவர்களாலும் வெறுத்து ஒதுக்கப்பட்டு சமூகத்தால் புறக்கணிக்கப்பட்டு மனித அங்கீகாரமே இல்லாமல் வாழ்ந்து கொண்டிருக்கிறோம்.

எல்லோரையும் போல சாதாரண வாழ்க்கை வாழ வேண்டும் என்ற ஆசையும் ஏக்கமும் அவர்களுக்கும் இருந்தாலும் இந்தச் சமூகம் விடுவதில்லை. இன்று

நேற்றல்ல இதிகாசங்களிலேயே திருநங்கைகள் உண்டு. சிவனின் உயிர் சாட்சியாய் வாழ்ந்து கொண்டிருக்கும் திருநங்கையர்களை மூன்றாம் பாலினமாகவே அங்கீகரிக்க வேண்டும் என்பதுதான் அவர்களின் எதிர்பார்ப்பு. இவர்களின் உடலும் மனமும் அடையும் வேதனையை வலியோடு சித்தரிப்பதுதான் இந்த 'வலி அறுப்பு' நாடகம் என்கிறார்.

திருநங்கைகளின் உணர்வுகளும் பிரச்சனைகளும் இந்நாடகத்தின் மையமாக அமைகிறது. திருநங்கைகளின் சமூக ஒதுக்கீடுகளில் மறுபிம்பமாக இந்நாடகம் அமைந்துள்ளது.

"திருநங்கைகளை புரிந்து கொள்ளவும் அவர்கள் தொடர்பான பிரச்சனைக-ளுக்கு ஆலோசனைகள் பெறவும் 'மனசு' என்கிற பெயரில் தொலைபேசி சேவை அமைப்பு தொடங்கப்பட்டுள்ளது. இந்த (25990505) ஹெல்ப்லைன் திருநங்கை-களைப் பத்தின சந்தேகங்களை தெளிவுபடுத்திக் கொள்ள நினைப்பவர்களும் இந்த நம்பருக்கு போன் பண்ணலாம். உதாரணத்திற்கு தன் மகன் பெண் குழந்தை மாதிரி நடக்கறதா சந்தேகப்படற ஒரு அம்மா அதைப் பத்திக் கேட்கலாம். அதை மாற்ற முடியுமா, முடியாத பட்சத்துல என்ன செய்யலாம்கிற எல்லா தகவல்களும் சராசரி மக்களோட இணைஞ்சு வாழணும்கிறதுதான் திருநங்கைகளின் ஆசை" (22.03.2009 — வசந்தம் - தினகரன் நாளிதழ்) இருண்ட அவர்களின் வாழ்-விற்கு வெளிச்சம் காட்டும் பொறுப்பு நம்ம ஒவ்வொருத்தருக்கும் இருக்கு என்பது அறியப்படுகிறது.

கூத்தாண்டவர் திருவிழா நிகழ்வின் போது பிரம்மாண்டமான கலை நிகழ்ச்சிகள் இவர்களுக்குள் ஒளிந்து இருக்கும் கலை உணர்வை வெளிப்படுத்தின. ஆயிரத்-திற்கு மேம்பட்ட திருநங்கைகள் கலந்து கொண்ட சிறந்த திருநங்கைகளுக்கான அழகிப்போட்டியையும், நடன மங்கைப் போட்டியையும் ஒரு ஒழுங்குடன் ஒருங்கி-ணைந்த திருநங்கைகளின் ஆளுமைத்திறம் ஒரு ஆச்சர்யத்தை ஏற்படுத்தியது.

இந்தியா முழுவதுமிருந்து கலந்து கொண்ட திருநங்கைகள், தங்கள் தனித்-திறன்களை வெளிப்படுத்தினர். அழகிப்போட்டியில் ஆதரவற்ற குழந்தைகளுக்கு சேவை செய்யும் பொருட்டு ஆசிரமம் ஒன்று அமைப்பதே தனது லட்சியம் என்று அறிவித்த திருநங்கையின் சேவை உணர்வுக்கு எழுந்த அரங்கு நிறைந்த கரகோ-ஷத்தினால் அந்த மைதானமே அதிர்ந்து, அழகு, அறிவுத்திறன் அடிப்படையில் சிறந்த திருநங்கைகளும் சிறப்பாக நடன மங்கையராகவும் தேர்வு செய்யப்பட்டனர். மேலும் விழுப்புரத்தை உலக அளவில் உற்று நோக்க வைத்த இத்திருவிழாவில் திருநங்கைகள் தயாரிப்பில் விற்பனைக்கு வைக்கப்பட்டிருந்த பிரியாணி, திருநெல்-வேலி அல்வா, சத்துப்பயிர்கள் போன்றவை சமையல் திறனுக்கு சாட்சியளித்தன. இதுதவிர இவர்களின் ஆரோக்கியத்தைப் பேணும் வழிமுறைகள், தகவல் தொடர்பு சாதனங்கள் குறித்த விளக்கக் கண்காட்சி, மிஸ் கூவாகம், மருத்துவ முறைகள்

பற்றிய விழிப்புணர்வு நிகழ்வுகள் நடத்தப்பட்டன. கள ஆய்வில் அறியப்பட்டது.

மருத்துவம்

திருநங்கைகள் தம் பிறப்பு உறுப்பை நீக்கும் பால் ஊற்றுதல் சடங்கினால் அவர்கள் உயிருக்கே ஆபத்து நேரும் வாய்ப்பு உள்ளது. இதைப்பற்றி தர்மபுரி அரசு மருத்துவமனை டாக்டர் சுந்தர வதனம் ''திருநங்கைகளாக தங்களை மாத்திக்கிறது அவர்களுடைய சொந்த விருப்பம். ஆனா கடும்வலியைப் பொறுத்துக்கிட்டாதான் ஆசி கிடைக்கும்னு சொல்றது முட்டாள்தனம் காட்டுமிராண்டித்தனமான இந்த மூடப்பழக்கம் உயிருக்கே ஆபத்தாக மாறிவிடும். இதன் மூலம் உயிர்ச் சேதங்கள் கூட ஏற்பட்டு அவர்களால் மறைக்கப்பட்டிருக்கலாம். வேலூர் அரசு மருத்துவக் கல்லூரி மருத்துவமனையில் இதுக்கான சர்ஜரி செய்யுறாங்க. திருநங்கையா மாற விரும்புறவங்க அங்கிருக்கிற சமூக நலத்துறை அலுவலகத்துல விருப்பக் கடிதத்தோடு மனு கொடுத்தா பரிசீலனை முடிச்சு, அறுவை சிகிச்சை செஞ்சு விடறாங்க. அது போக மற்ற மாவட்ட தலைமை மருத்துவமனைகளில் கூட இந்த சர்ஜரி செய்கிறாங்க, அதனால் உயிரோடு விளையாடுறதை நிறுத்திட்டு அவங்க இந்த மாதிரி வாய்ப்பைப் பயன்படுத்திக்கணும். உங்களை மாதிரி சேவை செய்பவர்களும் அவங்ககிட்ட இந்த விஷயத்தை தொடர்ந்து வலியுறுத்தணும் என்றார். (களப்பணி, ச.முனியப்பன்)

திருநங்கைகளுக்கு இவ்விழிப்புணர்வை தாய்விழுதுகள் வானவில் சகோதரி போன்ற அமைப்புகள் மூலம் ஏற்படுத்திக் கொண்டு உள்ளனர். மேலும் பாலியல் நோய்கள், எய்ட்ஸ் விழிப்புணர்வும் பற்றிய அவர்களுக்கு தெளிவுபடுத்தும் தன்மையை அறியப்படுகிறது.

திருநங்கைகளின் பொருளாதாரநிலை என்பது பாலியல் மற்றும் கடை கேட்டல் என்ற நிலை மாறி சுயமாக தொழில் செய்து சம்பாதிக்க வேண்டும் என்ற உணர்வைக் கொண்டுள்ள தன்மையை அறியலாம்.

திருநங்கைகளின் அங்கீகாரம் வாக்காளர்கள் உரிமை, முதியோர் உதவித்தொகை, கலைஞர் காப்பீடு, தொகுப்பு வீடுகள், கல்வி. அரசு வேலை வாய்ப்பு, தேர்தலில் வாக்காளர் உரிமை, இணையதளம், மருத்துவம் என அனைத்து நிலைகளில் திருநங்கைகள் விழிப்புணர்வு பெற்றுள்ளனர் என்றாலும் திருநங்கைகளுக்கு இச்சலுகைகளும் விழிப்புணர்வுகளும் சென்று சேர்வதில்லை என்பதே உணரப்படுகிறது.

4

முடிவுரை

திருநங்கைகள் என்பவர்களும் மனிதர்கள் . அவர்களுக்கும் அன்பு, பாசம் போன்ற எல்லா உணர்வுகளும் உண்டு என்பதை சமூகம் ஏற்க மறுக்கின்றது. அதற்குக்கா-ரணம் அவர்களைப் பற்றிய தவறான புரிதல்களே ஆகும். திருநங்கைகள் சமூகத்-தைப் புரிந்து கொண்டத்தன்மையும் சமூகம் இவர்களின் தேவைகளை எந்தளவுக்கு பூர்த்தி செய்துள்ளது என்பதை 400 திருநங்கைகளிடம் தகவல்கள் பெற்று 'தமி-ழகத் திருநங்கைகள் ஒரு சமூகப்பார்வை' என்றத் தலைப்பில் ஆராயப்பட்டன. இலக்கியங்களில் திருநங்கைகளின் சமூகப் பதிவுகள், திருநங்கைகளின் சமுதாய உறவுகள், சடங்குகள், திருநங்கைகளின் பொருளாதாரமும் விழிப்புணர்வும் பற்றி ஆராயப்பட்டன. அவற்றில் கண்டறிந்தக் கருத்துக்கள் கீழே எடுத்துக் கூறப்படு-கின்றன.

இலக்கியங்களை வரையறைப்படுத்தும் இலக்கணங்களில் திருநங்கைகள் என்-பவர்கள் யார் என்ற வரையறையும் அக்கால கட்டத்தில் திருநங்கைகளின் வாழ்-வியல் சமூக மதிப்போடு கூடியத்தன்மை இல்லை என்பதைக் காட்டுகின்றன.

சங்க இலக்கியங்களில் திருநங்கைகள் இறைவனுக்குச்சமமாக குறிப்பிட்டுள்-ளனர். காப்பியங்களில் திருநங்கைகளின் பதிவுகள் சில இடங்களில் இழிவாகக் காட்டப்பட்டாலும் பல இடங்களில் அவர்களின் வீரம், தொழில் ஆகியவற்றை எடுத்துக்காட்டியுள்ளன.

நவீன கால இலக்கியங்களில் திருநங்கைகளும் மனிதர்கள் அவர்களுக்கும் மன உணர்வும் ஆசைகளும் உண்டு என்பதை எடுத்துக்காட்டுகின்றன.

சமுதாய உறவுகள் என்கின்ற போது திருநங்கையாக மாறுவதற்கு முன் உள்ள உறவின் சிக்கலும் திருநங்கையாக மாறியப்பின் அவர்களாக ஏற்படுத்திய உறவு-கள் பற்றி சுட்டிக்காட்டப்பட்டுள்ளன. மேலும் தன்னைப் பெண் என்று சொல்ல வேண்டும் என்பதற்காக தன் ஆணின் அடையாளங்களை சடங்கு முறைகளைக்

கொண்டு நீக்குதல், அவர்களுக்கான நம்பிக்கை, பழக்கவழக்கம் என அவர்களுக்-
குள் ஒரு சமுதாய உறவுச்சடங்குகள், கட்டுப்பாடுகள் ஆகியவற்றை எடுத்துக்காட்-
டுகின்றன.

குடும்ப உறவுகள் என்பது திருநங்கைகளாக மாறியப்பின் எவ்வாறு ஏற்படு-
கின்றன அவர்களின் உறவுமுறைகள் யார் என்றும் அவர்களுக்கான தாய், தந்தை
உறவுகளின் முக்கியத்துவம் ஆகியவற்றை திருநங்கைகளின் வாயிலாக எடுத்துக்-
காட்டப்பட்டுள்ளன.

திருநங்கைகளுக்கு இடையே உள்ள சடங்குகளில் அவர்களின் மன உணர்வும்,
ஒற்றுமைத் தன்மையும் வெளிப்படும். தத்துச்சடங்கின் மூலம் மகளைப்பெறுவது
பெரியவர்களுக்கு மரியாதை செய்வது, மனதளவில் பெண்ணாக இருப்பவரை
உடலளவில் பெண்ணாக மாற்றும் 'நிர்வாணம் செய்தல்' இறை நம்பிக்கை,
பூப்பெய்தும் சடங்கு, திருமணச்சடங்கு, இறப்புச்சடங்கு., நம்பிக்கைகள், பழக்-
கவழக்கங்கள் ஆகியவற்றில் அவர்கள் கொண்டுள்ள உறுதிகள், அத்தகைய
உறுதிகளினால் அவர்களுக்குள் ஏற்படும் சுக துக்க பங்கீடுகள் ஆகியவற்றை திரு-
நங்கைகளின் வாயிலாக எடுத்துக்காட்டப்பட்டுள்ளன.

திருநங்கைகளின் பொருளாதார நிலை என்கிற போது சமுதாயத்தில் முன்
நிற்பது பாலியல், கடை கேட்டல் என்பதே ஆகும். திருநங்கைகளின் மனங்களில்
அத்தன்மையை எதிர்க்கும் நோக்கில் அவர்களும் சமுதாயத்தில் மற்றவர்களைப்
போல் கல்வி, வேலைவாய்ப்பு என இருக்க விரும்பும் தன்மை, சுயத்தொழில்கள்,
தேர்தலில் போட்டியிடும் தன்மை, கல்வியில் மேன்மை அதில் அவர்கள் படும்
சிக்கல்கள் அவற்றிலிருந்து விடுபடுவதற்கான வழிமுறைகள் பற்றி எடுத்துக்காட்டி-
யுள்ளன.

மருத்துவ முறைகள், காப்பீடுகள், கலை நிகழ்ச்சிகள் போன்றவற்றில் திருநங்-
கைகளின் விழிப்புணர்வுகள் மற்றும் அதில் அவர்களின் பங்குகள் பற்றி எடுத்துக்-
காட்டியுள்ளன.

திருநங்கைகளின் சிறப்புப்பண்புகளில் முதன்மை விருந்தினர்களை உபசரிக்கும்
முறை ஆகும். கள ஆய்வுக்கு செல்லும் போது ஆய்வாளர் அவர்களின் வீட்டிற்கு
செல்லும் போது முதலில் தண்ணீர் அருந்தக் கொடுக்கின்றனர். ஆய்வாளர் கண்-
டிப்பாக அருந்த வேண்டும். அப்படி அருந்தினால்தான் அவரின் வினாக்களுக்கு
பதில். மேலும் தேநீர், குளிர்பானம் என அவர்களினால் முடிவதை வாங்கி உபச-
ரிக்கும் தன்மை, போன்றவற்றைப் பார்க்கும் பொழுது வள்ளுவரின் விருந்தோம்பல்
தன்மையை சற்று திரும்பிப் பார்க்க வைக்கிறது.

திருநங்கைகள் ஆய்வாளரின் வினாக்களுக்கு பதில் அளிக்கும் தன்மை சிறப்-
பானதாக அமைந்தது.

ஆய்வுக்குப் பயன்பட்ட நூல்கள்

7.

1. முத்தையா வெள்ளையன் - அது-இது-எது!

   கருப்புப் பிரதிகள்
   சென்னை -5, முதற்பதிப்பு 2008

1. யெஸ்.பாலபாரதி - அவன்-அது-அவள்

   தோழமை வெளியீடு
   சென்னை — 78, முதற்பதிப்பு - 2008

3. மகாராசன் - அரவாணிகள்

   தோழமை வெளியீடு
   சென்னை — 78, முதற்பதிப்பு - 2007

4. பிரியாபாபு - அரவாணிகள் சமூக வரைவியல்

   தென்திசை வெளியீடு:
   சென்னை — 17, முதற்பதிப்பு - 2007

5. வெ.முனிஷ் - தமிழ் இலக்கியத்தில் அரவாணிகள்,

   ஜெயம் பதிப்பகம்
   மதுரை மாவட்டம் - 07 முதற்பதிப்பு - 2008

6. எஸ்.ராமகிருஷ்ணன் - அரவான்

   உயிர்மை பதிப்பகம்
   சென்னை — 18, முதற்பதிப்பு - 2007

7. சு.சமுத்திரம் - வாடாமல்லி

வானதி பதிப்பகம்
சென்னை — 17, முதற்பதிப்பு - 2003

8. பிரியாபாபு - மூன்றாம்பாலின்முகம்

சந்தியா பதிப்பகம்
சென்னை — 85, முதற்பதிப்பு - 2008

9. லிவிங்ஸ்மைல் வித்யா - நான் சரவணன் வித்யா

சென்னை — 18, முதற்பதிப்பு 2007

10. பிரேம் - அதி மனிதர்களும், எதிர் மனிதர்களும்

புலம் வெளியீடு
சென்னை — 95, முதற்பதிப்பு - 2008

11. ந.மு.வேங்கடசாமி நாட்டார் - மணிமேகலை

சாரதா பதிப்பகம்
சென்னை -14, முதற்பதிப்பு - 2007

12. 1வில்லிபுத்தூர் ஆழ்வார் - வில்லிபாரதம்

பூம்புகார் பதிப்பகம்
சென்னை — 18, முதற்பதிப்பு - 2001

13. சி.அண்ணாமலை (தொகுப்பாசிரியர்) - இராமானுஜம் நாடகங்கள்

காவ்யா பதிப்பகம்
சென்னை -24, முதற்பதிப்பு - 2003

14. வெ.ஜீவக்குமார் - சொல்ல மறுத்த கதை

பாரதி புத்தகாலயம்

சென்னை — 18. முதற்பதிப்பு - 2002

15. எஸ்.தேன்மொழி (தொகுப்பாசிரியர்) - மாதவப்பிழை

இலக்கியச்சோலை,
தஞ்சாவூர், முதற்பதிப்பு - 2008

16. ரேவதி (தொகுப்பாசிரியர்) - உணர்வும்

அடையாளப் பதிப்பகம்
புதுநத்தம் — 1, முதற்பதிப்பு - 2005

17. பால்சுயம்பு - திருநங்கைகள் உலகம்

கழகப்பதிப்பகம்

18. சென்னை -18, முதற்பதிப்பு - 2009

19. சைவ எல்லப்ப நாவலர் - அருணாசலபுராணம்

சைவசித்தாந்த நூற்பதிப்பகம்
சென்னை — 18, முதற்பதிப்பு - 2001

20. கம்பர் - கம்பராமாயணம்

சைவசித்தாந்த நூற்பதிப்பகம்
சென்னை — 18
ஐந்தாம்பதிப்பு 1988

21. மாணிக்கவாசகர் - திருவாசகம்

சைவசித்தாந்த நூற்பதிப்பகம்
சென்னை — 18,
ஆறாம்பதிப்பு - 2007

22. தி.க.இரவிச்சந்திரன் - சிக்மண்ட்பிராய்டு

(மொழிப்பெயர்ப்பு) (உளப்பகுப்பாய்வு அறிவியல்)
அலைகள் வெளியீட்டகம்
சென்னை — 24, முதற்பதிப்பு - 2005

23. சு.வேணுகோபால் - மோகினி

தமிழினி பதிப்பகம்
சென்னை — 18,
முதற்பதிப்பு - 2007

24. தொல்காப்பியர் - தொல்காப்பியம்

சைவசித்தாந்த பதிப்பகம்
சென்னை

25. பவனந்தி - நன்னூல்

சைவ சித்தாந்த பதிப்பகம்
சென்னை — முதற்பதிப்பகம் - 1981

26. தவத்திரு.தண்டபாணி சுவாமிகள் - அறுவகை இலக்கணம்

திருப்பனந்தாள்
காசிமடம்
முதற்பதிப்பு - 1952

27. மு.சண்முகப்பிள்ளை (பதிப்பாசிரியர்) - திவாகர நிகண்டு

ஏசியன் எடுகேவிலை சர்வீஸ்
புதுதில்லி.

28. சிங்காரவேலு முதலியார்.ஆ - அபிதான சிந்தாமணி

ஏசியன் எடுகே விலை சர்வீஸ்
புதுதில்லி
இரண்டாம் பதிப்பு - 1982

29. - அகநானூறு

கழக வெளியீடு
சென்னை

30. அன்னித்தாமசு - தமிழ் இலக்கியத்தில் ஊனமுற்றோர்

வர்த்தமான் பதிப்பகம்
சென்னை

31. ஜெ._சந்திரன் (உரை ஆசிரியர்) - சிலப்பதிகாரம்

வர்த்தமான் பதிப்பகம்
சென்னை — ஆறாம் பதிப்பு - 1999

32. - புறநானூறு

கழகவெளியீடு
சென்னை

33. திருவள்ளுவர் - திருக்குறள்

சைவசித்தாந்தபதிப்பகம்
சென்னை.
163 வது பதிப்பு 2002

34. ஜெ._சந்திரன் - நாலடியார்

வர்த்தமான் பதிப்பகம்
சென்னை

35. திருமூலர் - திருமந்திரம்

கழக வெளியீடு
சென்னை

36. ஸ்ரீவத்சன் (பதிப்பாசிரியர்) - நாலாயிரதிவ்ய பிரபந்தம்

தி.லிட்டில் பிளவர் கம்பெனி
சென்னை. முதற்பதிப்பு - 1984

37. திரு.வி.கல்யாண சுந்தரனார் (உரை ஆசிரியர்) - பட்டினத்தார்
பாடல்கள்

கழக வெளியீடு
சென்னை

38. சு.ந.சொக்கலிங்கம் (தொகுப்பாசிரியர்) - தாயுமானவர் பாடல்கள்

கழக வெளியீடு
சென்னை

39. அன்னித்தாமசு - தமிழ் இலக்கியத்தில் ஊனமுற்றோர்

வர்த்தமான பதிப்பகம்
சென்னை

40. ஜெ._சந்திரன் (உரை ஆசிரியர்) - சிலப்பதிகாரம்

வர்த்தமான பதிப்பகம்
சென்னை
ஆறாம் பதிப்பு - 1999

41. ஜெ._சந்திரன் (உரை ஆசிரியர்) - சீவகசிந்தாமணி

வர்த்தமான பதிப்பகம்

சென்னை — ஆறாம் பதிப்பு 1999

42. அ.சக்கரவர்த்தி நயினார் (உரை ஆசிரியர்) - நீலகேசி

கழக வெளியீடு
சென்னை

43. சி.ராஜாநாராயணர் - சிறுகதைத் தொகுப்பு

தமிழ்ப்புத்தகாலயம்
சென்னை

44. வெ.ஜீவக்குமார் - அந்தப்புரங்கள்

பாரதி புத்தகாலயம்
சென்னை — 18, முதற்பதிப்பு - 2005

45. நா.காமராசன் - கருப்பு மலர்கள்

வாணி பதிப்பகம்
சென்னை. முதற்பதிப்பகம் - 1985

46. செல்வகாந்தன் - புதிய கோடங்கி

சென்னை.

47. சாலை இளந்திரையன் - சமுதாய நோக்கு

தமிழ்ப்புத்தகாலயம்
சென்னை, இரண்டாம் பதிப்பு - 1986

48. 4சிவத்தம்பி.கா - இலக்கியமும், கருத்துநிலையும்

தமிழ்ப்புத்தகாலயம்
சென்னை. முதற்பதிப்பகம் - 1977

49. தில்லைநாதன்.சி - இலக்கியமும்,சமுதாயமும்

   தமிழ்ப்புத்தகாலயம்
   சென்னை. முதற்பதிப்பகம் - 1977

50. பாஸ்கல் ,ஸ்பர்ட் - சமூகவியல் அடிப்படை கோட்பாடுகள்

   தமிழ் வெளியீட்டுக்கழகம்
   சென்னை, முதற்பதிப்பகம் - 1964

51. பிரேமா.இரா - பெண்ணியம் அணுகுமுறைகள்

   தமிழ்ப்புத்தகாலயம், சென்னை
   முதற்பதிப்பகம் - 1998

52. பிச்சமுத்து.ந   -   திறனாய்வும்,   தமிழ்   இலக்கியமுக்
   கொள்கைகளும்,

   சக்தி வெளியீடு,
   சென்னை

53. பாலுவிஜயன் - கூவாகம் கூத்தாண்டவர்

   வரம் பதிப்பகம்
   சென்னை —— 18, முதற்பதிப்பகம் 2007

54. அகராதி - வாழ்வியற் களஞ்சியம் தொகுதி - 8

   தமிழ்ப்பல்கலைக்கழகம்
   தஞ்சாவு{ர் - 1 முதற்பதிப்பு - 1998

55. - கலைக்களஞ்சியம்,

   தமிழ் வளர்ச்சிக்கழகம், சென்னை
   முதற்பதிப்பு - 1956

தகவலாளிகளின் விபரப்பட்டியல்

தகவலாளியிடமிருந்து தகவல் பெற்றவர்கள் முனைவர் ச. இராஜ-லதா, சு. முனியப்பன்.

வ.எண் - இயற்பெயர் - தற்போதைய பெயர் - கல்வித்தகுதி - முகவரி

1. சத்தியராஜ், சத்தியா 12 2029 புதுபெருங்களத்தூர், கட்டபொம்மன் வீதி காமராகூர் சாலை, சென்னை .

2. சுந்தரமகாலிங்கம் மதுமிதா 12 விருப்பமில்லை

3. முருகன் தென்றல் 8 பாஞ்சாலி நகர் பெத்தலப்பள்ளி , கிருஷ்ணகரி

4 வெங்கடாசலம் உமா - வி. ஜெட்டில்லி
இளங்கோ நகர்
தர்மபுரி

5 கார்த்திக் காயத்திரி ` 9 காங்கயம் நகா;
ஸ்டேட் பேங்க் காலனி
சேலம் - 4

6 ரத்தினம் ரத்தினா 11 புதிய பெருங்களத்தூர்
கட்டபொம்மன் வீதி
காமராஜர் நகர்
சென்னை

7 சின்னத்தம்பி ஜோதிர்மாயி 12 மு.மு. நகர் 4 வது வார்டு
சென்னை

8 கனகராஜ் கனகா 10 மு.மு. நகர் 4 வது வார்டு
சென்னை

9 ராமன் ராஜகுமாரி 10 பாஞ்சாலி நகர்
பெத்தலப்பள்ளி (Pடி)
கிருஷ்ணகரி

10 ஜெகன் ஆக்ஜயர் D.CE. (DipLbma), நியூ வீதி
வெள்ளத்தூர், சேலம்

11 முருகேசன் ரஞ்சனா - குகைப்பாலம்
சேலம்

12 இளையராஜன் அனுப்பிரியா 5 ம் வகுப்பு மானுங்கப்பட்டு
கன்னியம்மா நகர் தெற்கு தஞ்சாவூர்

13 ஜெயக்குமார் ஜெயா 12 24 கோவில்பாளையம் , அன்னூர்

14 செந்தில்குமார் தேவி 8 83,91, நேரு நகர்
கோட்டூர் ரோடு, பொள்ளாச்சி

15 கௌசல்ராஜ் கௌசல்யா MSc. 54, பாரதிபுரம்,
பள்ளபாளையம்

ஈரோடு.

16 கஸ்தூரிராஜன் கௌரி 12 நுங்கம்பாக்கம் மேற்கு
நமச்சிவாயபுரம்

சூளைமேடு, சென்னை .

17 பிரவீன் பிரதீக்ஸா 12 சக்திவிநாயகர் கோவில் தெரு
திருப்பூர் .

18 செங்கய்யன் செல்வி 1 அய்யனார் கோவில் தெரு, வல்லம்,
தஞ்சாவூர்

19 ராஜேந்திரன் ஆர்த்தி ம் வகுப்பு நுங்கம்பாக்கம் மேற்கு
நமச்சிவாயபுரம் சூளைமேடு, சென்னை.

20 பாலய்யா ராதிகா - இந்திரா நகர், பஞ்சந்தாங்கி ஏரி
சேலம்.

21 மதன்குமார் ரதி B.A. தமிழ் காங்கயர் தெரு, 274,2 ஸ்டேட்-
பாங்க் காலனி

சேலம் - 4 .

22 பூபதி பத்மபிரியா 6 ம் வகுப்பு செட்டி வீதி, பேரூர் ரோடு,
கோவை .

23 நித்தீஸ் நிரோஷா 3 வம் வகுப்பு சங்கம்பாளையம் மேற்கு,
நமச்சிவாயபுரம், சூளை மேடு ,
சென்னை.

24 நாகராஜன் மதுமிதா 2 சக்திவிநாயகர் கோவில் தெரு,
திருப்பூh.;

25 ராஜ் நித்தியா - இந்திரா நகர், பஞ்சந்தாங்கிஏரி
சேலம்.

26 சீத்தாராமன் சீதா 1 இந்திரா நகர், பஞ்சந்தாங்கி ஏரி
சேலம்.

27 தினகர் திவ்யா 1 அரவாணிகள் குடியிருப்பு
2 வது வார்டு, வேலூ ர்

28 அழகர்சாமி சங்கோரி 10 அரவாணிகள் குடியிருப்பு
2 வது வார்டு, வேலூர்.

29 ராஜவேலு ரதி 8 அரவாணிகள் குடியிருப்பு

2 வது வார்டு, வேலூர்

30 ஏழுமலை சாந்தி – 53,79, பஞ்சந்தாங்கிரி ஏரி

சேலம்.

31 சந்திரன் சாந்தி 3 சாந்திநியேட்டர்பின்புறம்,ஈரோடு

32 விநாயகம் வித்யா 5 சாந்திநியேட்டர் பின்புறம், ஈரோடு.

33 சுந்தரம் சுகன்யா 8 பட்டிவீரன்பட்டி, திண்டுக்கல்;

34 நீலகண்டன் நிஷா 6 26,29. புதிய பெருங்களத்தூர்

கட்டபொம்மன் வீதி சென்னை.

35 சின்னராஜ் சிந்து 6 26,29, புதிய பெருங்களத்தூர்

கட்டபொம்மன் வீதி சென்னை.

36 பாண்டியராஜன் பாண்டியம்மா 9 விருப்பம் இல்லை

37 மாரிமுத்து சகுந்தலா 2 2,29, புதிய பெருங்களத்தூர்

கட்டபொம்மன் வீதி சென்னை.

38 சுந்தரம் சுந்தரி 5 கோயம்பேடு மார்க்கெட் அருகில்,

சென்னை.

39 பத்மநாபன் பத்மா 2 தி.நகர், 2 வது வார்டு, சென்னை.

40 ஈஸ்வரன் ஈஸ்வரி – தி.நகர், 2 வது வார்டு, சென்னை

41 பாபு பாப்பாத்தி 9 கவுண்டம்பாளையம், டி.வி.எஸ்.நகர்,

கோவை .

42 முருகன் முருகாத்தாள் – 18,50 நரசிம்ம நகர். ஆனைமலை

.

43 இந்திரன் குமாரி 5 மதுரைவீரன் கோவில் வீதி

180 வது வார்டு, ஆனைமலை.

44 நாகராஜ் ராணி 5 2 வது வார்டு, சைதாப்பேட்டை,

சென்னை

45 பாஷா சல்மா 9 சக்திவிநாயகர் கோவில் தெரு, திருப்பூர்.

46 துரைசாமி கல்பனா 10 சக்திவிநாயகர் கோவில் தெரு,

திருப்பூர்.

47 ராஜேஸ் ரஞ்சிதா 10 புதிய பெருங்களத்தூர்

கட்டபொம்மன் வீதி சென்னை.

48 செல்வம் செல்வி 2 சக்திவிநாயகர் கோவில் வீதி, திருப்பூர்

.

49 மணி மனிஷா 9 புதிய பெருங்களத்தூர்

கட்டபொம்மன் வீதி சென்னை.

50 நாகராஜ் சுதா - சக்திவிநாயகர் கோவில் வீதி, திருப்பூர்.

51 கோவிந்தன் மதினா 12 புதியபெருங்களத்தூர், சென்னை.

52 தன்ராஜ் ஊர்வசி 12 கணுவாய், கோவை.

53 குமார் குமாரி 7 புதிய பெருங்களத்தூர்
கட்டபொம்மன் வீதி சென்னை.

54 ரவி சரிதா - சக்திவிநாயகர் கோவில் வீதி, திருப்பூர் .

55 உதயகுமார் ஜெயா 5 4,58, காரமடை, சிறுமுகைரோடு,
கோவை.

56 ஷாஜஹான் ஷாஜி 9 4,58, காரமடை, சிறுமுகைரோடு,
கோவை.

57 ராஜா வாணி 9 புதிய பெருங்களத்தூர்
கட்டபொம்மன் வீதி சென்னை.

58 துரைசாமி ராஜேஸ்வரி - சக்திவிநாயகர் கோவில் வீதி,
திருப்பூர்.

59 கருப்பன் கார்முகி 9 புதிய பெருங்களத்தூர்
கட்டபொம்மன் வீதி சென்னை.

60 வெள்ளைசாமி ஜோதிகா 11 புதிய பெருங்களத்தூர்
கட்டபொம்மன் வீதி சென்னை.

61 மதிவாணன் மதி 7 அரவாணிகள் குடியிருப்பு, சக்ரா 2 வது
வார்டு, வேலூர் .

62 வேலு கமலா 6 அரவாணிகள் குடியிருப்பு, சக்ரா 2 வது
வார்டு, வேலூர் .

63 ரங்கராஜ் ராணி 9 அரவாணிகள் குடியிருப்பு, சக்ரா 2 வது
வார்டு, வேலூர் .

64 வெங்கடேஷ் வித்யா 7 அரவாணிகள் குடியிருப்பு, சக்ரா 2
வது வார்டு, வேலூர் .

65 விட்டல் பவித்ரா 9 புதிய பெருங்களத்தூர்
கட்டபொம்மன் வீதி சென்னை.

66 மீனாட்சிசுந்தரம் மீனாட்சி 11 சைதாப்பேட்டை, 4 வது
வார்டு, சென்னை.

67 செந்தில் செல்வி 2 சைதாப்பேட்டை, 4 வது வார்டு.
சென்னை.

68 சிவகுமார் சிவரஞ்சனி 8 சைதாப்பேட்டை, 4 வது வார்டு,
சென்னை.

69 நாகேந்திரன் ராணி B.A.EngLish சைதாப்பேட்டை, 4 வது வார்டு, சென்னை.

70 குமாரசாமி பிரியதர்ஷினி - சைதாப்பேட்டை, 4 வது வார்டு, சென்னை.

71 அழகர்சாமி வள்ளி 3 அல்லித்துறை, சரவணாபுரம், சோழராசன்பேட்டை, மதுரை.

72 வேலுசாமி மீனா 9 அல்லித்துறை, சரவணாபுரம், சோழராசன்பேட்டை, மதுரை.

73 சேது சங்கவி 7 அல்லித்துறை, சரவணாபுரம், சோழராசன்பேட்டை, மதுரை.

74 கவிராஜ் கவிதா 9 அல்லித்துறை, சரவணாபுரம், சோழராசன்பேட்டை, மதுரை.

75 யோகேஷ் வீணா 8 அல்லித்துறை, சரவணாபுரம், சோழராசன்பேட்டை, மதுரை.

76 பாபுகிருஷ்ணன் ஜெயா _ 83,91, கோட்டூர் ரோடு, பொள்ளாச்சி.

77 கண்ணதாசன் கார்த்திகா 6 புதிய பெருங்களத்தூர் கட்டபொம்மன் வீதி சென்னை.

78 சுஃபி சஜிலி 5 படிஞ்சலியூர், கிருஷ்ணகிரி.

79 சங்கர் சுகன்யா 8 படிஞ்சலியூர், கிருஷ்ணகிரி.

80 விக்னேஷ் விந்தியா 7 படிஞ்சலியூர், கிருஷ்ணகிரி.

81 சக்தி சாந்தி 4 படிஞ்சலியூர், கிருஷ்ணகிரி.

82 நவீன் நளினி 9 படிஞ்சலியூர், கிருஷ்ணகிரி.

83 கோகுல் கோகிலா 7 படிஞ்சலியூர், கிருஷ்ணகிரி.

84 அருணகிரி கிரிஜா 8 இளங்கோ நகர், தர்மபுரி .

85 விசுவநாதன் விந்தியா 7 இளங்கோ நகர், தர்மபுரி.

86 பரத்குமார் பாரதி 6 இளங்கோ நகர், தர்மபுரி.

87 ஜெயகுமார் ஜெயா 10 இளங்கோ நகர், தர்மபுரி.

88 ஜெயபிரதாப் செல்வி - இளங்கோ நகர், தர்மபுரி.

89 சேதுபதி மனிஷா 7 கள்ளிமேடு, இராமநாதபுரம்.

90 விஜயன் சுருதி 9 கள்ளிமேடு, இராமநாதபுரம்.

91 கனகராஜ் கனகா 8 கள்ளிமேடு, இராமநாதபுரம்.

92 மோகன் ` மோகினி 7 கள்ளிமேடு, இராமநாதபுரம்.

93 சங்கர் ஷரினா 10 குடைபாறைப்பட்டி. திண்டுக்கல்;

94 விநாயக் வித்தியா 9 குடைபாறைப்பட்டி, திண்டுக்கல்;

95 முத்துச்சாமி முத்து 8 குடைபாறைப்பட்டி, திண்டுக்கல்;

96 முனுசாமி சாந்தி - குடைபாறைப்பட்டி, திண்டுக்கல்;

97 ஆரோக்கிய லூர்துராஜ் சாந்தினி 10 சென்சேவியர் தெரு, திண்டுக்கல்.

98 சார்லஸ் சரளா 7 சென்சேவியர் தெரு, திண்டுக்கல்.

99 மணிகண்டன் மணிமேகலை 8 சென்சேவியர் தெரு, திண்-டுக்கல்.

100 குங்குமராஜ் வனிதா 3 சென்சேவியர் தெரு, திண்டுக்கல்.

101 சார்லஸ் சரளா 7 89,36, செயின்ட் சேவியர் தெரு, என்.வி.ஜி.பி தியேட்டர் பின்புறம் திண்டுக்கல்.

102 ஜெஸ்பின் மாணிக்கராஜ் பாக்கியலட்சுமி 4 89,36, செயின்ட் சேவியர் தெரு, என்.வி.ஜி.பி தியேட்டர் பின்புறம் திண்-டுக்கல்.

103 இன்பச்செல்வன் இன்பா 12 89,36, செயின்ட் சேவியர் தெரு, என்.வி.ஜி.பி தியேட்டர் பின்புறம் திண்டுக்கல்.

104 சங்கர் சோனி 6 (இந்தி) காங்கயர் தெரு, ஸ்டேட்பாங்க் காலனி, சேலம் - 4

105 முரளி மதுமிதா - -

106 சிகாமணி சரஸ்வதி B.A 8,21, தாண்டலவிர்கிராமம், கடத்-தூர் , தர்மபுரி.

107 ஆனந்த் அனிதா 7 122 எல்லி ரோடு ,தர்மபுரி.

108 குமார் கீதா 6 11,61 எல்லி ரோடு,தர்மபுரி.

109 விஜய் சிம்ரன் - செங்கம் கிராமம், திருவண்ணாமலை .

110 குமார் கண்மணி 10 எல்லரோடு, தர்மபுரி.

111 முருகன் கவிதா - பசும்பொன்வீதி, கிருஷ்ணகிரி.

112 ஆறுமுகம் சங்கீதா - இரயில்வே கேட், தர்மபுரி .

113 சந்திரன் சுவேதா எல்லி ரோடு, தர்மபுரி .

114 சௌந்தர்ராஜன் சவுந்தர்யா 10 ரெட்டியல்லி, தர்மபுரி .

115 மானுவேல் இந்து 8 ராஜா கல்யாண மண்டபம், கனரா வங்கி காலனி, சேலம.;

116 சுரேஷ் இந்து 10 ராஜா கல்யாண மண்டபம், கனரா வங்கி காலனி, சேலம் .

117 மாரிமுத்து மம்தா 6 காங்கயர் தெரு, ஸ்டேட் பேங்க் காலனி, சேலம்-4.

118 விக்னேஷ் பூஜா 12 44,3, D, 15 சுப்பிரமணியபுரம் சேலம்

119 வேலு கங்கா 10 எல்லி ரோடு, தர்மபுரி.

120 வேடியப்பன் சாலனி 10 எல்லி ரோடு, தர்மபுரி

121 தேவராஜன் சினேகா - வெண்களம் பட்டி, தர்மபுரி .

122 கார்த்திக் நளினா 8 எல்லி ரோடு,தர்மபுரி.

123 கோவிந்தன் ரோசி - பாஞ்சாலியூர், கிருஷ்ணகிரி.

124 முகமதுஸ்மாயில் ஆயிசா 5 தெற்கு மனுச்சப்பட்டி, கன்னி-
யம்மா நகர், தஞ்சாவூர்.;

125 கார்ல் மார்க்ஸ் லைலாம்மா - அய்யனார் கோவில் தெரு,
வல்லம், தஞ்சாவூர் .

126 முனுசாமி மகாலட்சுமி - வெள்ளோலை, தர்மபுரி.

127 வெங்கடேஷ் ஜெயஸ்ரீ - தேனி.

128 குமார் சாருலதா 8 காங்கயம் தெரு, ஸ்டேட்பாங்க் காலனி,
சேலம.;

129 மணிகண்டன் ராதிகா 10 காங்கயம் தெரு, ஸ்டேட்பாங்க்
காலனி, சேலம்.

130 சுந்தரம் சுஜி 2 ராஜா கல்யாண மண்டபம், சேலம் .

131 ராஜீ நமீதா 8 வேண்மைபட்டி, தர்மபுரி.

132 நாகராஜ் கமலா 8 எல்லி ரோடு, தர்மபுரி.

133 சபரிநாதன் செம்பருத்தி 8 எல்லி ரோடு, தர்மபுரி .

134 கார்த்திகேயன் சில்பா 2 164,179, மணிக்கரை

135 சிவாஜி சிம்ரன் 1 ஊத்தங்கரை, திருப்பத்தூர்;

136 சிவலிங்கம் மங்கம்மா 10 கனராவங்கி காலனி, சேலம்

137 ஜெயக்குமார் ரேணுகா - மானுச்சம்பட்டி, தஞ்சாவூர்.

138 ஜெயராமன் லதா 9 மானுச்சம்பட்டி, தஞ்சாவு{ர் .

139 ஆனந்த் வைஷ்ணவி 9 கிழசாலிங்கம், திருவள்ளூர்

140 ராஜாங்கம் துர்கா 4 மானுச்சம்பட்டி, தஞ்சாவூர் .

141 பழனியப்பன் பழனியம்மாள் 2 அல்லித்துறை, ஸ்ரீரங்கம்
வட்டம், திருச்சி .

142 ஆறுமுகம் சித்ரா - அல்லித்துறை, ஸ்ரீரங்கம் வட்டம்,
திருச்சி .

143 கணேஷ் கனகா 2 அல்லித்துறை, _ரங்கம் வட்டம், திருச்சி

144 சிவக்குமார் ஜீவா 2 ஊத்துக்குளி, மண்ணறை.

145 மணி மனிஷா 10 கனரா வங்கி காலனி, சேலம்

146 ஆறுமுகம் சங்கீதா 5 நடுத்தெரு, வல்லம், தஞ்சாவூர்

147 பிரவீன்குமார் பிரின்ஸி BSc. சித்தாபுதூர், கோவை .

148 சுரேஷ் சித்ரா 8 விநாயகர்கோவில் தெரு, திருப்பூர் .

149 குமார் ஸ்டெல்லா 7 குகைப்பாளையம், சேலம்

150 சுரேஷ் குமார் கஸ்தூரி 6 மாக்னாம்பட்டி, பொள்ளாச்சி.

151 வேணுகோபால் ஜெசி 2 சின்னாம்பாளையம், பொள்ளாச்சி

.

152 நந்தகுமார் தாரா 2 பெரியநாயக்கன்பாளைம், கோவை .

153 கௌசிகன் கௌசல்யா 11 பாரதிபுரம், கோவை .

154 பஞ்சலிங்கம் பஞ்சா - மதுரை வீரன்கோவில் வீதி, பொள்-
ளாச்சி .

155 பண்ணாரி சங்கீதா B.Sc. சாய்பாபா காலனி, கோவை.

156 ரவிக்குமார் கவி Diplama சாந்திநகர், உடுமலை .

157 பிரவீன்குமார் பிரின்சி B.Sc. தொண்டாமுத்தூர், கோவை.

158 சுரேஸ்கண்ணன் கண்மணி 1 ஊத்துக்குளி, பொள்ளாச்சி .

159 அறிவழகன் அம்பிகா 12 தட்டான் தோட்டம், திருப்பூர் .

160 வீரக்குமார் குமாரி 10 மீன்கரை ரோடு, பொள்ளாச்சி.

161 பாபு பாப்பாத்தி 9 கவுண்டன்பாளையம், கோவை .

162 முருகன் கோகிலா 2 P. n.பாளையம், கோவை .

163 ரங்கராஜ் காயத்திரி 2 சாய்பாபா காலனி, கோவை.

164 ஹக்கீம் சுகிலா 9 அரசு உயர்நிலைப்பள்ளி பின்புறம்,
திருப்பூர்.

165 கௌதம் ஸோஸ்னா 2 குமார் ,உள்சாமுண்டிபுரம், திருப்பூர்

.

166 செந்தில்குமார் ஸ்ரீதேவி 8 83,91 நேரு நகர், கோட்டூர்
ரோடு, பொள்ளாச்சி.

167 ரவி ரோஜா 4 மலையாண்டிசாமி கோவில் தெரு, கோவை

.

168 ராஜ்குமார் ராஜகுமாரி (B.A.) 47, S.P.நகர் கவுண்டம்பா-
ளையம்;, கோவை .

169 நூர்முகமது நூறம்மா 10 61,,குமரன் வீதி, கிணத்துக்கடவு.

170 முத்துக்குமார் சகிலாபானு 12 ஆவல்சின்னாம்பாளையம்,
ஜமீன்கோட்டாம்பட்டி, பொள்ளாச்சி .

171 பாலாஜி திரிஷா ரூ2 ராம்லட்சுமண் தியேட்டர் பின்புறம், திருப்பூர்.

172 வெங்கடாசலபதி கனகா 10 4, சிவானந்தா காம்பவுண்டு, 60 அடி ரோடு, திருப்பூர்.

173 விகஜயன் விகஜயா 8 பெரியார்காலனி, 78,14 மேற்கு, கோட்டூர்ரோடு, பொள்ளாச்சி.

174 ஜெகநாதன் ஜெகதீஸ்வரி 6 4,21, பட்டுக்கோட்டை, கல்-யாணசுந்தரவீதி, விளாங்குறிச்சி, கோவை — 35.

175 தேவராஜ் தேவி B.A. கள்ளப்பாளையம், கோவை .

176 கார்த்திக் கார்த்திகா 2 நல்லட்டிபாளையம் ரோடு, தாம-ரைக்குளம் .

177 நரசிம்மன் ரம்யா 2 -

179 சுரேஷ் ஆர்த்தி 10 83,91, கோட்டூர் ரோடு, நேரு நகர், பொள்ளாச்சி.

180 சக்தி சக்தி 10 பி.டி குவார்ட்டர்ஸ், சாய்பாபா காலனி, கோவை .

181 சிவலிங்கம் நந்தினி 4 செட்டிவீதி, பேரூர் மெயின் ரோடு,,கோவை .

182 அம்பீஸ்வரன் ராஜி MA 38, வெங்கடேசா காலனி, அழகப்பா லே அவுட், பொள்ளாச்சி .

183 சுரேந்திரன் சுரேகா 8 31, வெங்கன்னராவ் வீதி, பொள்-ளாச்சி .

184 செந்தில் முருகன் ஜெபீனா 7 சக்திவிநாயகர் கோவில் காலனி,திருப்பூர்

185 மனோகரன் ஜெயந்தி 5 குகைப்பாலம், இந்திரா நகர்,சேலம்.

186 மணிகண்டன் மேகலா 4 ராமநாதன்நகர்இ ஆனைமலை.

187 கிருஷணன் ஆயிசா 10 சக்திவிநாயகர் கோவில் தெரு, திருப்பூர்.

188 சேதுராமன் சேது 8 சாவித்திரி வீதி, பிரிமியர் மில்ஸ்;, ஒத்-தக்கால்மண்டபம்.

189 சந்திரன் சந்திரா 7 சக்திவிநாயகர் கோவில் காலனி, திருப்-பூர்.

190 சக்திவேல் கலா 6 சாய்பாபா காலனி, கோவை .

191 தன்ராஜ் ஊர்வசி 12 கணுவாய்.

192 ராஜா விஜயம்மாள் 10 இந்திரா நகர், குகைப்பாளையம், சேலம.;

193 ரவி கவிதா 12 நெல்குத்திப்பாறை, ஆனைமலை .

194 ஜோதிமணி ஜோதி 9 இந்திரா நகர், குகைப்பாளையம், சேலம்

195 மகேஸ்வரன் மாதம்மாள் - இந்திரா நகர், குகைப்பாளையம், சேலம்.

196 நாகராஜ் நாகமணி 7 4,49, காளியண்ணன் புதூர், நெகமம், பொள்ளாச்சி.

197 விஜயகுமார் விஜயலட்சுமி 10 4,49, காளியண்ணன் புதூர், நெகமம், பொள்ளாச்சி.

198 முகமது சேக் ஜாரீனா 8 குடைப்பாறைபட்டி, போகம்பூரி, திண்டுக்கல்.

199 சாத்தைய்யா கீதா 3 வடகரை, புளியந்தோப்பு, மதுரை.

200 வித்யாதரன் வித்யா 2 சாத்தான்குளம், திருநெல்வேலி

201 சதீஸ்குமார் சுகன்யா 10 ரெட்டியூர், கனரா வங்கி காலனி, சேலம் .

202 ரஞ்சன் ரஞ்சனி 8 ரெட்டியூர், கனரா வங்கி காலனி,,சேலம்.

203 விநாயக் வள்ளி 3 ரெட்டியூர், கனரா வங்கி காலனி, சேலம்.

204 முருகன் ஜோதிகா 8 ரெட்டியூர், கனரா வங்கி காலனி, சேலம்.

205 கனகராஜ் செல்வி 7 ரெட்டியூர், கனரா வங்கி காலனி, சேலம்.

206 மோகன் மோனிஷா - மேட்டுப்பட்டி, திண்டுக்கல்.

207 பிரகாஷ் தீபா 12 இந்திராநகர், குகைப்பாலம், சேலம் .

208 உதயகுமார் உதயா 10 இந்திராநகர், குகைப்பாலம், சேலம்.

209 உத்தமராஜ் ஊர்மிளா 9 இந்திராநகர், குகைப்பாலம், சேலம்.

210 வெள்ளைச்சாமி வெள்ளையம்மா 3 இந்திராநகர், குகைப்-பாலம், சேலம்.

211 மணிகண்டன் கீதா 7 பெருமாள் மலை அடிவாரம்,,சேலம்.

212 பாரதி பாரதி 8 துறையூர், திருச்சி.

213 வேல்முருகன் வேணி 3 துறையூர், திருச்சி.

214 ஜெயப்பிரகாஷ் ஜெயா 8 அரவாணி குடியிருப்பு காலனி, திருச்சி.

215 கதிரேசன் கமலா 7 அரவாணி குடியிருப்பு காலனி, திருச்சி.

216 ரங்கையா ரங்கம்மா 3 அரவாணி குடியிருப்பு காலனி, திருச்சி.

217 மோகன் மேனகா 3 அரவாணி குடியிருப்பு காலனி, திருச்சி.

218 சுந்தரம் சுந்தரி 6 அரவாணி குடியிருப்பு ,திருச்சி.

219 வீராசாமி மீனா - அரவாணி குடியிருப்பு காலனி, திருச்சி.

220 கண்ணன் அகிலா 2 அரவாணி குடியிருப்பு காலனி, திருச்சி.

221 காங்கேயன் காவிரி B.A அரவாணி குடியிருப்பு காலனி, திருச்சி.

! சௌந்தர்யன் சௌம்யா 2 அரவாணி குடியிருப்பு காலனி, திருச்சி.

223 சுமன் சுகுணா 1 இந்திராநகர், குகைப்பாலம், சேலம்.

224 பாண்டியன் ரோஜா 8 வைகை வடுகரை, புளியந்தோப்பு, மதுரை .

225 சரவணன் மஞ்சுளாதேவி - A.மேட்டூர், பெரம்பலூர் .

226 சிவகுமார் சிவந்தி 7 A.மேட்டூர், பெரம்பலூர்.

227 முரளி பாவனா 4 காட்டான் குளத்தூர், சென்னை.

228 பாபு பாத்தீமா 3 காட்டான் குளத்தூர், சென்னை.

229 மகேஷ் மகேஸ்வரி 8 B.P.குளம், நபிநாயகம் தெரு,மதுரை 2 .

230 மாரிமுத்து மீனாட்சி 7 B.P.குளம், நபிநாயகம் தெரு, மதுரை 2.

231 ஈஸ்வரன் ஈஸ்வ ரி - சு.ஏ.நகர்,,மலைக்கோட்டை, திண்-டுக்கல.;

232 நாகராகூன் சீதா 3 R.V.நகர், மலைக்கோட்டை, திண்டுக்-கல்.

233 பிரகாஷ் பிரபா 10 சிபாலிக்கோட்டை, தேனீ.

234 வித்யாதரன் வித்யா B.A சிபாலிக்கோட்டை, தேனீ.

235 விமல் விமலா 8 சிபாலிக்கோட்டை, தேனீ.

236 வெள்ளிங்கிரி பிந்து 12 சிபாலிக்கோட்டை, தேனீ.

237 சுரேஷ் சுகன்யா 10 சிபாலிக்கோட்டை, தேனீ.

238 குமார் வீனா 8 சிபாலிக்கோட்டை, தேனீ.

239 பாலு பாக்கியா 3 சிபாலிக்கோட்டை, தேனீ.

240 குணசேகர் குணா 7 சிபாலிக்கோட்டை, தேனீ.

241 சிவக்குமார் காயத்திரி 3 சு.ஏ.நகர், மலைக்கோட்டை, திண்-டுக்கல்.

242 சேவியர்செல்வராஜ் சேவியர்அம்மா 5 103, தெற்கு தெரு, முத்தழகு பட்டி, திண்டுக்கல.;

243 சுல்தான் மைதீன் பாத்தீமா 4 தாலூக்கா ஆபிஸ் தெரு, திண்டுக்கல்.

244 இம்மானுவேல் ரேணுகா 3 இந்திரா நகர், குகைப்பாலம், சேலம்.

245 கேசவன் மதினம்மா 10 சீனிவாச கோவில் தெரு, மதுரை.

246 சைமன் சகீலா - பெரியகுளம், தேனி மாவட்டம் .

247 மாணிக்கம் மங்களம் 3 பெரியகுளம், தேனி மாவட்டம்.

248 வித்யா சேகர் வித்யா 3 பெரியகுளம், தேனி மாவட்டம்.

249 மதன்குமார் மல்லிகா 8 பெரியகுளம், தேனி மாவட்டம்.

250 சேதுபதி செம்மலர் 7 பெரியகுளம், தேனி மாவட்டம்.

251 சுரேஷ் மோனிகா 2 மலைக்கோட்டை, திருச்சி.

252 பரத்குமார் பத்மா B.A மலைக்கோட்டை, திருச்சி.

253 பவுன்குமார் புவனா B.A. மலைக்கோட்டை. திருச்சி.

254 காளிமுத்து கங்கா 7 மலைக்கோட்டை, திருச்சி.

255 கந்தன் காயத்திரி 3 மலைக்கோட்டை, திருச்சி.

256 ரமேஷ் லைலா 8 வைகை வடகரை, புளியந்தோப்பு, மதுரை.

257 செல்வராஜ் செல்வி 3 வைகை வடகரை, புளியந்தோப்பு, மதுரை.

258 ராமசாமி ரம்யா - வைகை வடகரை, புளியந்தோப்பு, மதுரை.

259 கோவிந்தன் கோகிலா 7 வைகை வடகரை, புளியந்தோப்பு, மதுரை.

260 மோகன்ராஜ் திரிஷா 9 வைகை வடகரை,புளியந்தோப்பு, மதுரை.

261 முருகன் சாரதா 2 வத்தலக்குண்டு, திண்டுக்கல் மாவட்டம்.

262 கிருஷ்ணன் கீதா 8 வத்தலக்குண்டு, திண்டுக்கல் மாவட்-டம்.

263 ராஜசேகர் மஞ்சு 9 வத்தலக்குண்டு, திண்டுக்கல் மாவட்-
டம்.

264 மகேந்திரன் கௌசல்யா 6 அக்ரஹாரம், வேலூர் மாவட்-
டம்.

265 நரேன் நர்மதா 9 அக்ரஹாரம், வேலூர் மாவட்டம்.

266 கண்ணன் கயல்விழி 7 அக்ரஹாரம், வேலூர் மாவட்டம்.

267 பூபதி பூமா 8 அக்ரஹாரம், வேலூர் மாவட்டம்.

268 சிவகுரு சிவகலா 10 அக்ரஹாரம், வேலூர் மாவட்டம்.

269 பூபாலன் பூஜிதா 2 அக்ரஹாரம், வேலூர் மாவட்டம்.

270 சீனிவாசன் சிம்ரன் 10 மேல்பட்டை, கிருஷ்ணகிரி.

271 மதியழகன் மல்லிகா 7 மேல்பட்டை, கிருஷ்ணகிரி.

272 இந்திரன் இந்திராணி 1 மேல்பட்டை, கிருஷ்ணகிரி.

273 முரளி முல்லை 5 மேல்பட்டை, கிருஷ்ணகிரி.

274 குமார் குமாரி 3 கவுண்டன்குளம், பழனி.

275 ஆனந்த் சாமுண்டி 9 இளங்கோ நகர், தர்மபுரி.

276 புஷ்பராஜ் புஷ்பா 7 இளங்கோ நகர், தர்மபுரி.

277 சிவாஜி சிம்ரன் 4 இளங்கோ நகர், தர்மபுரி.

278 சங்கர் சாவித்திரி - இளங்கோ நகர், தர்மபுரி.

279 அருள் கனிமொழி 9 காவிரி நகர், தர்மபுரி.

280 மணி கவிதா ரூ2 வெண்ணம்பட்டி, தர்மபுரி.

281 கணேசன் தனலட்சுமி 3 வெண்ணம்பட்டி, தர்மபுரி.

282 மூர்த்தி செவ்வந்தி - வேணம்பேட்டை, தர்மபுரி.

283 சக்திவேல் சத்தியா 9 வேணம்பேட்டை, தர்மபுரி.

284 சம்பத்குமார் பார்வதி 4 16, பெரிக்ளா வீதி, தர்மபுரி.

285 காஜா கலா 7 16, பெரிய கடைவீதி, தர்மபுரி.

286 ஜீவா ராணி 6 காவிரி நகர், தர்மபுரி.

287 சத்தியபிரகாஷ் சத்தியா 10 காவிரி நகர், தர்மபுரி.

288 பிரகாஷ் பிந்தியா 9 காவிரி நகர், தர்மபுரி.

289 வினோத் நீலா 8 காவிரி நகர், தர்மபுரி.

290 விக்னேஷ் வீனா 3 காவிரி நகர், தர்மபுரி.

291 மாதவய்யன் மாதவி 9 காவிரி நகர், தர்மபுரி.

292 தர்மராஜ் தனம் ரூ1 நுங்கம்பாக்கம், மேற்கு நமச்சிவாயபுரம்,
சென்னை .

293 தன்ராஜ் தாரணி 10 நுங்கம்பாக்கம், மேற்கு நமச்சிவாயபு-
ரம், சென்னை

294 அருள்ராஜ் அருணா 9 நுங்கம்பாக்கம், மேற்கு நமச்சிவா-
யபுரம், சென்னை .

295 அங்குராஜ் சுப்பு 4 நுங்கம்பாக்கம்,சென்னை.

296 வேலு கோகிலா 7 நுங்கம்பாக்கம், சென்னை.

297 முகமது சபி சபீனா 7 நுங்கம்பாக்கம், சென்னை.

298 ஆறுமுகம் அல்லி 2 கள்ளக்குறிச்சி, விழுப்புரம.;

299 ஜாவித் ஜமுனா 2 கள்ளக்குறிச்சி, விழுப்புரம்.

300 மணிகண்டன் மேகலை 3 கள்ளக்குறிச்சி, விழுப்புரம்.

301 முருகானந்தம் முத்தம்மா - கள்ளக்குறிச்சி, விழுப்புரம்.

302 முத்துக்குமார் அனு 2 கள்ளக்குறிச்சி, விழுப்புரம்.

303 ராஜாமணி ரங்கீலா 9 சோலையூர் ,சென்னை.

304 ஜெகதீஸ்வரன் ஜெயா 2 சோலையூர், தாம்பரம், சென்னை.

305 கிஷோர் கிரிஜா B.A சோலையூர், தாம்பரம், சென்னை.

306 மயில்சாமி மைனா 3 சோலையூர், தாம்பரம், சென்னை.

307 செல்வராஜ் செல்வி 6 சோலையூர், தாம்பரம், சென்னை.

308 மூர்த்தி தாரணி 9 சோலையூர், தாம்பரம், சென்னை.

309 நஜரூல்லா அப்சரா 3 31,64 காந்திமண்டபம் வீதி, பொள்-
ளாச்சி.

310 இன்பசேகர் நிதன்யா 10 தங்கம்மாள் ஓடை, உடுமலை.

311 ஷாகுல்ஹமீது நமீதா 10 சூளேஸ்வரன்பட்டி,,பொள்ளாச்சி.

312 கணேஷ் மும்தாஜ் 10 சூளேஸ்வரன்பட்டி, பொள்ளாச்சி.

313 முகமது சனா 3 கோட்டூர், பொள்ளாச்சி.

314 மனோகரன் மனோ - சூளேஸ்வரன்பட்டி, பொள்ளாச்சி.

315 விமல்மணி விமலா 6 பொள்ளாச்சி .

316 சுரேஷ்கண்ணா சுந்தரி 6 பொள்ளாச்சி.

317 ஆர்த்தியப்பன் ஆர்த்தி - திவான்சாபுதூர், பொள்ளாச்சி.

318 ராமசாமி சொர்ணம் 10 செட்டிக்காபாளையம், கோவை.

319 முகமது உசேன் ஆயிசாபீபி 10 செட்டிக்காபாளையம்,
கோவை.

320 திருமூர்த்தி அமுதா 3 படகுஇல்லம், கொடைக்கானல்.

321 முகமது சலீம் பாத்தீமா 3 படகு இல்லம், கொடைக்கானல.;

322 தங்கவேல் தங்கம்மாள் 6 காட்பாடி, சென்னை.

323 _நிவாசன் மீனாட்சி 6 காட்பாடி, சென்னை.

324 பாலன் ருக்மணி 5 நகரபேருந்து நிலையம், திருச்சி.

325 நாச்சப்பன் நாச்சி - நகரபேருந்து நிலையம், திருச்சி.

326 விசுயன் மும்தாஜ் 7 கோவில்அருகில், _வில்லிபுத்தூர்.

327 _காந்த் மதுமிதா 1 கோவில்அருகில், _வில்லிபுத்தூர்.

328 பரமேஸ்வரன் பார்வதி 3 ஐந்தருவி, குற்றாலம்.

329 கதிர்வேல் சங்கரி 7 ஐந்தருவி, குற்றாலம்.

330 மனோகரன் மஞ்சுளா 2 பேருந்துநிலையம் பின்புறம், சங்-கரன் கோவில், குற்றாலம்

331 ராஜ்மோகன் ரங்கீலா ர 2 பேருந்துநிலையம் பின்புறம், சங்-கரன் கோவில் குற்றாலம்.

332 முத்துச்சாமி ரதி 4 குலசேகரன்பட்டினம், தூத்துக்குடி.

333 துரைசாமி சகுந்தலா ர1 குலசேகரன்பட்டினம், தூத்துக்குடி.

334 கருணாகரன் கருணா B.A குலசேகரன்பட்டினம், தூத்துக்-குடி.

335 அங்குராஜ் அனிதா 2 _ரங்கம், திருச்சி.

336 சதீஸ் சமீதா 1 ஸ்ரீரங்கம், திருச்சி.

337 சங்கர் ராதிகா 7 ஸ்ரீரங்கம், திருச்சி.

338 மனோ மல்லிகா 8 ஸ்ரீரங்கம், திருச்சி.

339 சந்தோஷ் சந்தியா 3 ஸ்ரீரங்கம், திருச்சி.

340 திருநீலகண்டன் திலகா 2 தோகைமலை, கரூர்

341 வேலுசாமி வேணி 6 தோகைமலை,கரூர்.

342 சபாபதி சத்யா 7 தோகைமலை, கரூர்.

343 விஜயன் விஜயா - தோகைமலை,கரூர்.

434 தாமஸ் வில்லி 9 தோகைமலை,கரூர்.

345 கௌதம் கௌதமி 10 வடுகபாளையம், மூலனூர்

346 ராஜன் ரங்கீலா 7 புளியம்பட்டி, மூலனூர்.

347 வெற்றிவேல் வெண்ணிலா 2 புளியம்பட்டி, மூலனூர்.

348 வினோத் வினோதினி 1 பள்ளபட்டி, மூலனூர்.

349 _காந்த் சிம்ரன் 2 பள்ளபட்டி, மூலனூர்.

350 ரஞ்சன் ரஞ்சனி 3 ஆற்றுப்பாலம், தாராபுரம.;

351 உதயகிருஷ்ணன் உதயா 9 ஆற்றுப்பாலம்,தாராபுரம்.

352 ராமகிருஷ்ணன் ரம்யா 2 நால்ரோடு, குடிமங்கலம்.

353 மகேஸ்வரன் மதுமிதா B.A. நால்ரோடு, குடிமங்கலம்.

354 ரங்கராஜ் கமலா - பேருந்து நிலையம், பல்லடம்

355 பொன்னுசாமி பொன்னி - அரூர், தர்மபுரி.

356 முருகானந்தம் பிரியா 7 அரூர், தர்மபுரி.

357 பெரியசாமி ரம்யா 9 திட்டக்குடி, கடலூர்

358 குழந்தைவேல் பேபி 12 திட்டக்குடி, கடலூர்.

359 முத்துவேல் முத்தரசி 7 திட்டக்குடி, கடலூர்.

360 விஷ்ணு வினிதா 3 திட்டக்குடி, கடலூர்.

361 லிங்கபாண்டி பாண்டியம்மாள் - திட்டக்குடி, கடலூர்.

362 கோவிந்தசாமி கோகிலா 7 பூங்கா, ஏற்காடு.

363 பிரபு வனிதா 9 பூங்கா, ஏற்காடு.

364 மீனாட்சிசுந்தரம் மீனாட்சி - பூங்கா, ஏற்காடு.

365 ரஞ்சித் ரஞ்சிதா 1 பூங்கா, ஏற்காடு.

366 பிரவீன்குமார் பிரவீனா 2 பூங்கா, ஏற்காடு.

367 மதன்குமார் மங்கை 3 அண்ணாசதுக்கம், சென்னை.

368 அபுபக்கர் ஷாமிலி 2 அண்ணாசதுக்கம், சென்னை.

369 ராஜசேகர் ராகினி 9 அண்ணாசதுக்கம், சென்னை.

370 அழகேசன் ரங்கநாயகி 7 அண்ணாசதுக்கம், சென்னை.

371 கிருஷ்ணசாமி கிருஷ்ணா 8 அண்ணாசதுக்கம், சென்னை.

372 சிவப்பிரகாசம் சிவரஞ்சனி 1 ஆத்தூர் பேருந்து நிலையம் பின்புறம்.

373 சக்திவேல் சக்தி 2 ஆத்தூர் பேருந்து நிலையம் பின்புறம்.

374 சங்கர் சங்கீதா ர2 ஆத்தூர் பேருந்து நிலையம் பின்புறம்.

375 அங்குராஜ் துளசி 2 ஊத்தங்கரை, தர்மபுரி.

376 மாரியப்பன் சசிகலா B.A ஊத்தங்கரை, தர்மபுரி.

377 மணிராஜ் சித்ரா ITI இட்லிகடை, சேலம்.

378 ரகுபதி சுஜிதா 12 இட்லிகடை .சேலம.;

379 குணசேகரன் மது 12 பேருந்துநிலையம் பின்புறம், புதுக்-கோட்டை.

380 கணேஷ்மூர்த்தி மங்களம் 10 பேருந்துநிலையம் பின்புறம், புதுக்கோட்டை.

381 கங்காதரன் சிம்ரன் 9 பேருந்துநிலையம் பின்புறம், புதுக்-கோட்டை.

382 கன்னியப்பன் நமீதா 3 காந்திபுரம், கோவை.

383 துரைசாமி மும்தாஜ் - காந்திபுரம், கோவை.

384 பாலமுருகன் பானுமதி 2 காந்திபுரம், கோவை.

385 நந்தகுமார் மதியரசி 1 பேருந்து நிலையம், உக்கடம்

386 அப்பாதுரை ஆனந்தி 9 பேருந்து நிலையம், உக்கடம்.

387 தியாகராஜன் திரிஷா 4 கரும்புக்கடை, உக்கடம்.

388 மகுடபதி மனிஷா 8 பேருந்து நிலையம். உக்கடம்.

389 இளங்கோவன் இளமதி 6 பேருந்து நிலையம், வடவள்ளி.

390 சிவப்பிரகாசம் சிவபிரியா 7 பேருந்து நிலையம், வடவள்ளி.

391 ரத்தினமூர்த்தி ரத்தினா 2 கடைவீதி, பொள்ளாச்சி.

392 ராமமூர்த்தி ரமீலா 11 கடைவீதி, பொள்ளாச்சி.

393 கோபால்சாமி கோகிலா 10 மாசாணிம்மன் கோவில், ஆனைமலை.

394 வெள்ளையப்பன் வெள்ளையம்மா - மாசாணிம்மன் கோவில், ஆனைமலை.

395 ஆனந்தராஜ் ஆனந்தி 6 மாசாணிம்மன் கோவில், ஆனைமலை.

396 நாகராஜ் நர்மதா 3 பேருந்துநிலையம் அருகில், வால்-பாறை.

397 ரமேஷ் ரவீணா 3 பேருந்துநிலையம் அருகில், வால்பாறை.

398 ரத்தினசபாபதி ரத்தினம் 2 பேருந்துநிலையம் அருகில், வால்பாறை.

399 மணிவண்ணன் சாரதா BLit, ஜெட்டி அள்ளி, தர்மபுரி.

400 ஏகாம்பரம் காவியா 9 பேருந்துநிலையம் அருகில், வால்-பாறை.